रायगडाला
जेव्हा
जाग
येते

## वसन्त कानेटकर यांचे साहित्य

### नाटके

• अखेरचा सवाल • अश्रूंची झाली फुले • आकाशमिठी
• इथे ओशाळला मृत्यू • एक रूप अनेक रंग • कधीतरी, कोठेतरी
• कस्तुरीमृग • गगनभेदी • गरुडझेप (सहलेखक: रणजित देसाई)
• गाठ आहे माझ्याशी • गोष्ट जन्मांतरीची
• घरात फुलला पारिजात • छू मंतर! • जिथे गवताला भाले फुटतात
• तुझा तू वाढवी राजा • तू तर चाफेकळी • देवांचं मनोराज्य
• नलदमयंती • दोन ध्रुवावर दोघे आपण • पंखांना ओढ पावलांची
• प्रिय आईस... • प्रेमाच्या गावा जावे • प्रेमा तुझा रंग कसा?
• फक्त एकच कारण • बेइमान • मला काही सांगायचंय • मत्स्यगंधा
• मदनबाधा (नामांतर: प्रेमात सगळंच माफ) • माणसाला डंख मातीचा
• मीरा मधुरा • मोहिनी
• रायगडाला जेव्हा जाग येते • रंग उमलत्या मनाचे • लेकुरे उदंड जाली
• वादळ माणसाळतंय • विषवृक्षाची छाया • वेड्याचं घर उन्हात
• शल्य • सुख पाहता • सूर्याची पिल्ले • सोनचाफा
• हिमालयाची सावली

### एकांकिका

• आनंदीबाई आणीबाणी पुकारतात • गड गेला पण सिंह जागा झाला
• झेंडे पाटील महाविद्यालयात गंगू, अंबू, विठा • दिव्यासमोर अंधार
• मद्राशीने केला मराठी भ्रतार • शहाण्याला मार शब्दांचा
• व्यासांचा कायाकल्प • स्मगलर सम्राटांच्या न्यायालयात रामशास्त्री

### कादंबरी

• घर • तेथे चल राणी! (अनुवादित) • पंख • पोरका

### कथा

• रमाई (संपा: विजय आपटे) • लावण्यमयी
• हे हृदय कसे आईचे! (संपा. विजय आपटे)

### लेख

• नाटक : एक चिंतन

### व्याख्याने

• रसिक मित्र हो

### आत्मचिंतन

• मी... माझ्याशी!

वसन्त कानेटकर

# रायगडाला जेव्हा जाग येते

शिवरायांच्या
हृदयांतरिंचे
शल्य मला
सांगा !

पॉप्युलर प्रकाशन, मुंबई

रायगडाला जेव्हा जाग येते
(म–७७)
पॉप्युलर प्रकाशन
ISBN 978-81-7185-035-8

RAIGADALA JEHVA JAG YETE
(Marathi : Play)
Vasant Kanetkar

लेखनकाल
दि. १२ फेब्रुवारी १९६१ ते दि. २ नोव्हेंबर १९६१

पहिली आवृत्ती : १९६२/१८८४
अकरावी आवृत्ती : १९९४/१९१६
बारावी आवृत्ती : २०१९/१९४१
दुसरे पुनर्मुद्रण : २०२१/१९४३
तिसरे पुनर्मुद्रण : २०२१/१९४३
चौथे पुनर्मुद्रण : २०२२/१९४४
पाचवे पुनर्मुद्रण : २०२३/१९४५
सहावे पुनर्मुद्रण : २०२४/१९४६

मुखपृष्ठ : प्रभाकर गोरे

प्रकाशक
अस्मिता मोहिते
पॉप्युलर प्रकाशन प्रा. लि.
३०१, महालक्ष्मी चेंबर्स
२२, भुलाभाई देसाई रोड
मुंबई ४०० ०२६

अक्षरजुळणी
संतोष गायकवाड
पिंपळे गुरव
पुणे ४११ ०२७

मुद्रक
मणिपाल टेक्नोलॉजीज़ लिमिटेड, मणिपाल

सौ. सिंधूस

॥ श्री ॥

श्री शिवराज्य शके २८८
आषाढ वद्य द्वितीया

श्री सकल गुणमंडित अखंडित लक्ष्मी अलंकृत राजमान्य राजेश्री **'रसिकराज'** मऱ्हाष्ट राज्य प्रति —

सेवेसी वसंत शंकर, सांप्रत निवास श्री क्षेत्र नासिक, आदरपूर्वक दंडवत. विज्ञापना जे. स्वामींचा सेवकावर पूर्वापार बहुत लोभ. वेड्यावाकुड्या बोलांचेंहि कृपाळूपणें मनीं कौतुक धरितात. याकरितां बालकाचे चित्तास धन्य वाटतें... हिंमत राखोन कांहीं आगळा पराक्रम करावा आणि स्वामींचे मर्जीस पात्र व्हावें येविषयीं उमेद वाटते. आशीर्वादेंकरून गतसालीं 'प्रेमा, तुझा रंग कसा?' या नामें एक चित्तचक्षुचमत्कारी नाटक सेवकानें रचिलें. स्वामींचे मनात तें फारच आलें. ये राज्यांत स्वामींचे परिवारांत अनेक रात्र खुषी जाली. स्वामींचे पुण्यप्रतापें बालकास हातीं यश आलें. तेणेंकरून परम संतोष जाला. ते समयी परिवारांतील समर्थ जे हिताचे बोल बोलिले ते आदरपूर्वक ध्यानीं धरिले.

सालगुदस्त स्वामींचे आज्ञेवरून छत्रपती राजेश्री महाराज, तथा युवराज शंभूराजे यांचेविषयीं एक नवीन नाट्यरचना 'रायगडाला जेव्हा जाग येते' या नामें रचिली.. काय निमित्य म्हणाल तर स्वामींचे चित्तांत थोरले तथा धाकटे छत्रपतींविषयीं गाढ भक्ति. प्रात:स्मरणीय पूज्यभाव. हें तो सेवकास ठाऊक. तेणेंकरून छत्रपतींचा पवाडा रचावा ऐसी इच्छा केली. ये 'मऱ्हाष्ट राज्य', 'हिंदवी राज्य' व्हावें ही छत्रपतींची मनीषा कालेंकरून श्रीकृपेनें फळास आली. आतां ये मऱ्हाष्ट राज्यांत छत्रपतींचें नाटक रचिलें जावें ही स्वामींची इच्छा. मनोरथ पूर्ण करणें हें तो श्रींचे हातीं. त्ये निमित्य बालकें अवघी हिंमत धरोन साल दोन साल बहुतप्रकारें कष्ट घेतले. जाणते सगेसोयरे आणि मातबर इष्टमित्र यांचे साहाय्य मेळविलें. लहान-थोर ग्रंथ वाचिलें, नवे-जुने दप्तर धुंडाळिलें,

खलिते तपासिलें. ज्येष्टासंगें खलबत केलें. जाणकारांशीं सल्लामसलत केली. जेणेंकरून ये नाट्यरचनेस भलाई लाभेल तें तें सर्व केलें. इष्टमित्रांचें ऋण थोर. हें स्वामीकार्य जाणोन त्यांणी बरेंवाईट परखोन घेतले. आम्हांस रायगडीं नेऊन छत्रपतींचे सिंहासन–चौथऱ्यापुढती हजर केलें. मुखें संकल्प वदविला. तो पुरा होण्यास विलंब लागतोसा पाहून वरचेवर टोंचणी दिली. स्वामीकार्यात अंतर पडू नये यास्तव तगादा लाविला. तेणेंकरून ध्यास धरिला तें कार्य पार पडणार. इष्टमित्रांचे ऋणाची याद आमचे मनीं सदैव जागती हें तो स्वामींस विदितच.

मुखे संकल्प सोडिल्यापासोन कार्य तडीस जाईतों मनेंकरून आम्ही रायगडीं वास करून होतो. सेवकाचें भाग्य थोर यास्तव छत्रपती राजेश्री महाराजांचा सहवास घडला. कृपाप्रसादें खाशांचे अंतरंगाचा थोडाबहोत ठाव लागला. अन्त:पुरातील गुंता ध्यानीं आला. राजेश्री महाराज तथा राजेश्री शंभुराजे यांचे मनींची व्येथा उमगली. हंबीररावादि वरकड सरदार मंडळी भेटली. राजेश्री मोरोपंत, राजेश्री आणाजी दत्तो यांचे संगे मुलाखत घडली. अन्त:पुरांत युवराज्ञी मातु:श्री श्रीमंत सकल सौभाग्यवती येसूबाई संनिध जावोन घरोब्याचे रीतीनें करूं ये तैसीं बोलणीं केली. रायगडावरील सेवकाचा मुक्काम हालला त्यास आतां कैक दिवस लोटले. पण दिल अद्यपिहि महाद्वारांतच रेंगाळत आहे. ऐसी माणसें पुन्हा भेटणें नाहीं हे त्रिवार सत्य. गडाचा कोट, तट, बुरूज, बालेकिल्ल्यांतील मनोरे, गंगासागर तलाव अद्याप स्वप्नांतरीं आमचेशीं खुल्यादिलानें बातचीत करतात. अपरात्री गडाच्या बुरुजावरून समर्थांची वाणी कानीं पडते — ‘शिवरायाचें आठवावें रूप । शिवरायाचा आठवावा प्रताप । शिवरायाचा आठवावा साक्षेप । भूमंडळी’ हे खडे बोल ऐकतां चित्तास वाटों लागतें, बाळाजीपंत आवजीमार्फत महाराजांचे पायीं अर्ज दाखल करावा कीं पवाडा सिद्ध आहे. शाहिरांना आज्ञा झालियास गडावर दरबारांत एक गोंधळ घालण्यास हाजीर होऊं. मातु:श्री जिजाबाईसाहेब अगत्यानें बालकांचे सेवेचा परामृश घेतात. महाराजांचे मागे राजकारणाचे गुंते फार. त्यांतून वख्त बांका. क्षणाची ती उसंत नाहीं. तत्राप फुरसद काढून सरकारस्वारींनीं शाहिरांची सेवा घेतली पाहिजे.

पण मग ध्यानीं येतें कीं हे तो ‘स्वप्नींचें धन’ आहे. ऐशा विचारें चित्त उदास होतें. रायगडाचें सांप्रत चित्र डोळ्यांपुढतीं दिसों लागतें. मऱ्हाठियांचे उद्ध्वस्त मनोरथ रायगडीं विखुरले पाहोन अंत:करणास परम खेद होतो. विचार येतो कीं छत्रपती महाराजांचे काळीं घडतों वाढतों तर ये मऱ्हाष्ट राज्याची तथा खाशा स्वारींची अल्प सेवा घडती. आता ये काळीं त्यांचे माघारीं स्वामी हेच

सेवकास छत्रपतींचे ठायीं हें जाणोन आशीर्वादपूर्वक सेवकाचा हा अल्प नजराणा स्वामींनीं स्वीकारिला पाहिजे. सांप्रत मुंबई बेटांत उमेद करून खबरदारीनें, स्वजनकल्याण कारभार करती गोमांतकवासी हिंदु मंडळी हे तो स्वामींचींच लेकरें. त्यांस संगें घेऊन जातीनें स्वामींचे दाराशीं येणें केलें. आतां कृपाळूपणें आज्ञा करून सेवेचा परामृश घेतला पाहिजे. बहोत काय लिहिणें. कृपा आशीर्वाद निरंतर करीत गेले पाहिजे.

आमचे अगत्य असो द्यावें. विज्ञापना: लेखनसीमा ।।

# ऋणनिर्देश

'रायगडाला जेव्हा जाग येते' हे माझे चौथे नाटक. लहान-थोर, जाणत्या-अजाणत्या आणि कानाकोपऱ्यांतील स्त्री-पुरुष वाचक-प्रेक्षकांनी या नाटकावर मनापासून प्रेम केले. फार फार प्रेम केले. म्हणूनच एका वर्षाच्या आतच या पुस्तकाची दुसरी आणि पाठोपाठ तिसरी आवृत्ती काढण्याचा सुयोग येत आहे. या सुयोगाचे श्रेय 'धि गोवा हिंदु असोसिएशन'च्या कला विभागाला जितके द्यावे लागेल तितकेच या पुस्तकाची अंतर्बाह्य सजावट करणारे प्रभाकर गोरे आणि या ग्रंथाला एकूण रंगरूप देणारे माझे प्रकाशक मित्र रामदास भटकळ यांना अवश्य दिले पाहिजे. या सर्वांच्या आणि या नाटकावर अमाप प्रेम करणाऱ्या वाचक-प्रेक्षकांचा मी मनःपूर्वक आभारी आहे.

दुसऱ्या-तिसऱ्या आवृत्तीत मी हेतुपुरस्सर बरेच लहानसहान आणि काही बाबतीत मोठे आणि महत्त्वाचे फेरबदल केलेले आहेत. अंक तिसरा, प्रवेश पहिला यातील हंबीररावाच्या वेषांतराचा भाग मला स्वतःला मुळातच खटकला होता म्हणून या आवृत्तीत मी तो बदललेला आहे.

या नाटकातील विषय, आशय, त्यातील कथाभाग, प्रसंग, घटनांची गुंफण याबद्दलची सर्व जबाबदारी व्यक्तिशः माझी आहे. परंतु या नाटकाच्या एकूण उभारणीत अनेक ज्येष्ठ मर्मज्ञ पंडितांचे आणि माझ्या परिवारातील आप्तमित्रांचे बहुमोल साहाय्य मला लाभलेले आहे. भिकू हरी पै-आंगले, विठ्ठलराव घाटे, वा. सी. बेंद्रे, ब. मो. पुरंदरे, प्रा. भालबा केळकर, डॉ. श्रीराम लागू, वि. वा. शिरवाडकर, मा. दत्ताराम, रामकृष्ण नायक, स. सी. गुडे इत्यादी व्यक्तींच्या सहकार्याशिवाय प्रस्तुत नाटकाची सिद्धता करणे केवळ अशक्य होते. या नाटकातील अंक तिसरा, प्रवेश पहिला यातील शेरखानाच्या मुखातील संवादाच्या उर्दूकरणाचे काम माझे मित्र प्रा. मा. वि. गोविलकर यांनी तत्परतेने

करून दिले. तसेच सबंध नाटकाच्या एकूण बांधणीत रियासतकारांच्या रियासती, त्यांचे 'राजा शिवाजी' तसेच वा. सी. बेंद्रे यांचा 'छत्रपती संभाजी महाराज' हा चरित्र ग्रंथ व या ग्रंथावरील श्री. रा. टिकेकर, शां. वि. आवळसकर यांचे टीकालेखन यांचा प्रामुख्याने आणि इतर अनेक लहान-थोर ऐतिहासिक ग्रंथ, अस्सल कागदपत्रे, बखरी आणि परंपरेने प्रसृत असलेल्या लोककथा यांचा अनुषंगाने मी उपयोग केला आहे. या सर्वांचा मी मनःपूर्वक ऋणी आहे.

दि. १ एप्रिल १९६४                          – वसन्त कानेटकर
नाशिक शहर

या नाटकाचा प्रथम प्रयोग धि गोवा हिंदु असोसिएशन, कला विभाग, मुंबई या संस्थेतर्फे शुक्रवार ता. २६ ऑक्टोबर १९६२ रोजी रात्री साडेआठ वाजता भारतीय विद्या भवन, चौपाटी येथे सादर करण्यात आला.

दिग्दर्शक : मास्टर दत्ताराम
साहाय्यक : भिकू पै-आंगले

| | | |
|---|---|---|
| रंगभूषा | : | सीताराम मराठे |
| नेपथ्य | : | राम गोठोस्कर |
| प्रकाशयोजना | : | चंद्रकांत होनावर |
| | | बापू आंगणे |
| पार्श्वसंगीत | : | स्नेहल भाटकर |

**कलावंत**

| | | |
|---|---|---|
| शिवाजी | : | मास्टर दत्ताराम |
| सोयराबाई | : | ललिता जोगळेकर |
| संभाजी | : | डॉ. काशिनाथ घाणेकर |
| येसूबाई | : | इंदुमती पैंगणकर |
| हंबीरराव | : | परशराम सामंत |
| अण्णाजी | : | भिकू पै आंगले |
| मोरोपंत | : | सुरेश केंकरे |
| राजाराम | : | शिरीष कुळकर्णी |

## रायगडाची भूपाळी

युगायुगांची रात्र संपली!
प्रभात झाली!
गिरिशिखरेंही उन्हांत न्हालीं!
सह्यगिरीच्या कुशींत निजल्या रायगडा हो जागा,
"शिवरायांच्या हृदयांतरिंचें शल्य मला सांगा!" ।।ध्रु० ।।

इथेंच घडलें तें 'रामायण'
इथें घेतली गरुड भरारी!
मऱ्हाठियांच्या मनोरथांचें
इथें रंगलें स्वप्न रुपेरी!
— भव्य शिल्प तें इथें भंगलें!
तिथें अनामिक कुणी शोधितो त्या स्वप्नांचा धागा,
"शिवरायांच्या हृदयांतरिंचें शल्य मला सांगा!" ।।१ ।।

इथेंच पहिला चिरा निखळतां,
दोन मनोरे मनांत खचले!
भवितव्याचें ललित पाहतां,
दोन जटायू इथें खुरडले!
— झुरूं लागला गंगासागर!
तिथें भगीरथ कुणी तिष्ठतो आणाया स्वर्गंगा,
"शिवरायांच्या हृदयांतरिंचें शल्य मला सांगा!" ।।२ ।।

त्या स्वप्नावर, त्या शिल्पावर,
इथें ठिबकल्या अश्रुबिंदुवर,
दो बुरुजांचा खडा पहारा,
युगंधरेचा सक्त इशारा!
— आणि उभा मी तृषार्त व्याकुळ!
मिटल्या ओठीं गस्त घालिती सह्याद्रीच्या रांगा
"शिवरायांच्या हृदयांतरिंचें शल्य मला सांगा!" ।।३।।

# अंक पहिला

## प्रवेश पहिला

[छत्रपतींची राजधानी किल्ले रायगडावरील राजगृहातील एक महाल. महालातील समोरच्या मधल्या भिंतीत मोगली पद्धतीच्या कमानी. या कमानीतून दूरवर दृष्टी फेकली तर बालेकिल्ल्यातील मनोरे, गंगासागर तलाव आणि गडाच्या आसमंतातील पर्वतराजांचे प्रचंड सुळके निरभ्र आकाशाच्या निळ्या फलकावर कोरल्यासारखी दिसतात. छत्रपतींच्या महालातील सजावट रसिक, दिलदार नि पराक्रमी राजाच्या प्रतिष्ठेला शोभेल साजेलशी. पण 'राजा' म्हणजे 'मराठ्यांचा राजा', मोगलांचा विलासी पातशाह नव्हे.

शके १५९८, इ. स. १६७६ कार्तिक मास, शुद्ध पक्ष, नोव्हेंबर महिन्यातील एक उष:काल. पडदा वर जातो त्या वेळी पहाटेची धूसरता ओसरून उगवतीकडे तांबडे फुटू लागले आहे. समोरच्याच एका कमानीपाशी खांबावर हात ठेवून विचारमग्न मुद्रेने दूर कोठे दृष्टी लावून उभे आहेत सरनोबत हंबीरराव मोहिते. वय पस्तिशीच्या आसपास. मुद्रा उग्र, करारी. पराक्रमाची निधडी ऐट उभे राहण्याच्या डौलातून पाठमोऱ्या दर्शनातदेखील सहज प्रकट होते. शेजारीच मंचकावर महाराणी सोयराबाई चिंताक्रांत होऊन बसल्या आहेत. महाराणी सोयराबाई वयाने चाळिशीच्या आसपास असाव्यात. वृत्तीने किंचित हट्टी, उतावळ्या. महाराणीचा थाटमाट अंगावर दिसत असला, तरी मुद्रा जागरणाने, काळजीने आणि प्रक्षोभाने ओढलेली, खचलेली —

पडदा वर जाताच क्षणभराच्या बोचक शांततेतूनही वातावरणातील ताण सहज लक्षात यावा. क्षणार्धातच दूरवर नगारखान्यात झडणारा चौघडा ऐकू येऊ लागतो. एक दासी हलक्या पावलाने प्रवेशते, मुजरा करते आणि महालातील दीप विझवून

पुन्हा मुजरा करून निघून जाते. सकाळच्या कोवळ्या उन्हाने आसमंत उजळू लागते तोच —]

**सोयराबाई :** (अस्वस्थतेने उठत) ऐका हंबीरराव — नगारखान्यात चौघडा झडला! मनोऱ्यावरदेखील उन्हं आली. पण शंभूराजांचा की रामराजांचा अद्याप पत्ता नाही!

**हंबीरराव :** (हतबुद्ध होत वैतागाने मागे वळून पाहत) ताई! ताई! ताई!

**सोयराबाई :** (चिडून) काळ फिरला म्हणजे माणसंदेखील उलटतात! आम्हाला ठाऊक आहे हंबीरराव, महाराजांच्याप्रमाणं तुम्हीदेखील अखेर आम्हालाच बोल लावणार!

**हंबीरराव :** (राग आवरीत) कोणाचा काळ फिरला? कोणती माणसं उलटली? ताई, तुमच्या तोंडात ही उतावळी भाषा बरी नव्हे. निदान शोधासाठी रवाना झालेले जासूद गडावर परत येईपर्यंत तरी तुम्ही धीर धराल?

**सोयराबाई :** (उसळून) आख्खी रात्र आम्ही जागून काढली आणि तुम्ही आम्हांला धीराच्या गोष्टी सांगता?

**हंबीरराव :** गड सोडून एक रात्र शंभूराजे गेले म्हणजे कोठे परागंदा तर झाले नाहीत?

**सोयराबाई :** पण संगती रामराजांना घेऊन गेले त्याचं काय? पोर थंडीवाऱ्यानं रात्रभर कुडकुडलं असेल!

**हंबीरराव :** थोडा दुसऱ्यावर विश्वास ठेवावा, ताई! शंभूराजे आता जाणते झाले आहेत, आणि शिवाय —

**सोयराबाई :** (चिडून) हो – जाणते झाले आहेत! जाणतेपणाचीच ही सारी लक्षणं की नाही? तुम्हाला शंभूराजांचा मुळी स्वभावच ठाऊक नाही! जायचं होतं तर एकट्यानं हवं तिकडं उधळायला कोणी नको म्हटलं होतं? तीनही त्रिकाळ गडाचे दरवाजे मोकळेच आहेत त्यांना! ना दाद ना फिर्याद! पण —

**हंबीरराव :** ताई, ताई, तुम्हाला विसर पडला आहे, तुम्ही महाराणी आहात!

**सोयराबाई :** आम्ही महाराणी आहोत तशा राजारामाच्या मातु:श्रीदेखील आहोत, हंबीरराव!

**हंबीरराव :** नुसत्या राजारामाच्या मातु:श्री नव्हे — शंभूराजांच्यादेखील!

**सोयराबाई :** असं तुम्हांला वाटतं. पण शंभूराजांनी कधी शब्दांनी वा कृतींनी तरी तसा आमचा मान ठेवलाय का?

**हंबीरराव :** मान कधी मागून मिळत नाही ताई, माया लावली तर मुके
प्राणीदेखील प्रसंगी जान कुर्बान करतात.

**सोयराबाई :** माया? हूं! थोरल्या मासाहेबांनी नुसती मायाच केली. मायेच्या पोटी
शंभूराजांचे नको नको ते लाड केले. कोणती अमृताची फळं लागली या
मायेच्या झाडाला?

**हंबीरराव :** (रागाने) ताई, त्या माउलीबद्दल एक शब्द बोलू नका. तुम्हाला सारी
दुनियाच उलटी दिसायला लागली आहे!

**सोयराबाई :** राहिलं! भाऊ म्हणून तुम्हाला मनातलं शल्य सांगायला गेलो. पण —

**हंबीरराव :** असली क्षुद्र शल्यं मनात ठेवू वागता तुम्ही म्हणून महाराज कष्टी
होतात.

**सोयराबाई :** काय मनात ठेवून वागलो आम्ही? शंभूराजांचा काल
संध्याकाळपासून गडावर पत्ता नाही. तरी आम्ही स्वारींना ताकास तूर खबर
लागू दिली नाही.

**हंबीरराव :** तेच चुकलं तुमचं!

**सोयराबाई :** चुकलं? आमचं चुकलं? कर्नाटकच्या मोहिमेवर जाण्यासाठी स्वारी
आज गड उतरणार. मोहिमेचे मनसुबे रचण्यात अहोरात्र स्वारींच्या डोळ्याला
डोळा नाही. त्यांच्या जिवाला ही नवी काळजी लावायला हवी होती
आम्ही?

**हंबीरराव :** आता ही वार्ता महाराजांच्या कानी गेल्याशिवाय राहणार आहे
थोडीच? मोठा आनंद वाटेल नाही त्यांना इतक्या उशिरा ही खबर ऐकून?

**सोयराबाई :** पण हंबीरराव, अण्णाजीदेखील म्हणाले की —

**हंबीरराव :** (भडकून) अण्णाजींनी लाख गोष्टी तुम्हाला सांगितल्या असतील.
पण तुमचा विश्वास कोणावर? महाराजांवर की —

**सोयराबाई :** स्वारींच्याबद्दल आमची पक्की खात्री झालीय. पहिल्यापासून त्यांचा
ओढाच मुळी शंभूराजांच्याकडं! मग —

**हंबीरराव :** ताई — बरी नव्हेत ही चिन्हं! निराळ्याच पावलांची चाहूल
आमच्या कानी यायला लागली आहे.

[तोच सुरनीस अण्णाजी दत्तो प्रवेशतात. देह ऐसपैस, बोलणे किंचित फटकळ
आणि चिडखोरपणाचे. डोळ्यांत महत्त्वाकांक्षा आणि वागण्यात मुत्सद्देगिरी
ओतप्रोत भरलेली.]

**अण्णाजी :** (मुजरा करीत हसून) कसली चाहूल आणि कसचं काय?

**सोयराबाई :** (ताडकन उठत) अजूनदेखील राजांचा पत्ता नाही — होय ना अण्णाजी?

[अण्णाजी मानेनेच किंचित स्मित करीत 'नाही' म्हणतात.]

**हंबीरराव :** शोधासाठी रवाना झालेले जासूद परतले का?

**अण्णाजी :** (घुटमळत) हो... होय — परतलेच म्हणायचे. जवळपासचे तरी परतले.

**सोयराबाई :** कुठं कुठं शोध घेतला त्यांनी राजांचा?

**अण्णाजी :** कुठं म्हणून काय पुसता राणीसाहेब? महाडपर्यंत जाऊन शोध घेतला. मंदिरं धुंडाळली, जंगलं तुडवली, घळी पाहिल्या, गुहा तपासल्या, बरं हे सारं लपवून छपवून. पुन्हा मोठ्यानं कुठं बभ्रा करायची सोय नाही.

**सोयराबाई :** (क्रोधाने) गेलाय तरी कुठं पोराला घेऊन हा चां—

**हंबीरराव :** (दटावीत) ताई —

**अण्णाजी :** (हलकेच) नाटकशाळांच्या अंत:पुरांचीदेखील झडती झाली आणि—

**हंबीरराव :** (रागाने) अण्णाजी, युवराजांच्याबद्दल बोलताहात तुम्ही. दिमाग ताळ्यावर ठेवून भाषा करीत जा.

**अण्णाजी :** (हसून) हंबीरराव, उसळत्या रक्ताचे शिपाईगडी आहात तुम्ही. युद्धातले डावपेच लढविण्यात तुम्ही दर्दी असाल, पण या अण्णाजी दत्तोनं तुमच्यापेक्षा चार पावसाळे जास्त पाहिले आहेत या जगात. व्यवहार आणि माणसाची दानत तुमच्यापेक्षा अधिक अकलमंदीनं हेरता येते आम्हाला.

**हंबीरराव :** तुमच्या बोलण्याचा मतलब?

**अण्णाजी :** काय तो तुम्हीच समजून घ्या म्हणजे झालं!

**सोयराबाई :** (उपरोधाने) अण्णाजी, हंबीररावांच्या समोर युवराजांसंबंधी आदब राखून बोलत चला. सावत्र असले तरी युवराजांचे मामा आहेत ते.

**हंबीरराव :** पण यात नात्यागोत्याचा संबंध काय? शंभूराजे 'युवराज' आहेत आणि युवराजांची आदब प्रत्येक मानकऱ्यानं संभाळलीच पाहिजे.

**अण्णाजी :** जे मानकऱ्यांचा मान राखतात त्यांची आदब संभाळा म्हणून हुकूम करण्याची गरजच उरत नाही, हंबीरराव! महाराजांचा अवमान करणारा शब्द चुकून कधी आमच्या मुखावाटे उच्चारलेला ऐकला आहे आपण?

**हंबीरराव :** पण शंभूराजांची तरी अप्रतिष्ठा काय म्हणून? शंभूराजांनी कधी तुमचा अपमान केला का, अण्णाजी?

**अण्णाजी :** (हसून) तुम्ही नेहमी मुलूखगिरीवर असता, सरनोबत! राजधानीत

प्रत्यही घडणाऱ्या प्रकारांची तुम्हाला पुरती जानपछानदेखील नाही.

**सोयराबाई :** हंबीरराव, भर दरबारात अण्णाजींना उद्देशून महाराजांपाशी, 'हे पहा तुमचे लबाड अमात्य आले' असे कोणी बोल काढले तर मानकऱ्यांनी काय शिरपेच मिळाल्याची धन्यता मानायची?

**हंबीरराव :** (रागाने) कोणी काढले हे बोल? शंभूराजांनी?

**सोयराबाई :** (खोचून) सांगा अण्णाजी, कोणी, केव्हा आणि कसकसा तुमचा सन्मान केला ते सरनोबतांना ऐकू द्या एकदा!

**अण्णाजी :** जाऊ द्या ना! बालबुद्धीनं केलेले वार महाराजांच्या शब्दाखातर विसरलो आहोत आम्ही. पण —

**हंबीरराव :** (विस्मयाने) छे, छे, शक्य नाही. भर दरबारात असली अमर्यादा निदान महाराज तरी क्षणभरही सहन करणार नाहीत.

**अण्णाजी :** सहन करावं लागतं, सरनोबत! जाणत्या पुत्राचा धरबंद सुटला की करारी पित्यालादेखील मुलाचे पाय सावरण्यासाठी प्रसंगी त्याच्यापुढं रांगत जावं लागतं. तुम्हाला इतक्यात कळायच्या नाहीत या व्यथा! हा पुत्रमोह फार फार कठीण आहे.

**हंबीरराव :** पण अण्णाजी —

**अण्णाजी :** जाऊ द्या हंबीरराव, तुम्हाला झळ लागली म्हणजे दरबारात वारे कोणत्या दिशेनं वाहताहेत ते तुम्ही कळून चुकाल. शब्दानंच दुखावला असाल तर शब्द परत घेतो आम्ही आमचे. शंभूराजे आमचेही युवराजच आहेत. कोणी दुष्मन नव्हेत. पण शंभूराजांबद्दल एक खबर कानी आली ती खरी असेल —

**सोयराबाई :** (अधीरतेने) कोणती खबर? काही विपरीत तर —

**अण्णाजी :** शंभूराजे — (क्षणभर घुटमळतात.)

**सोयराबाई :** बोला, स्पष्ट सांगा. तुम्ही कोणती खबर ऐकलीत?

**अण्णाजी :** कालच्या रात्री गाण्याबजावण्याच्या एका जलशाला राजे पुन्हा गेले होते.

**सोयराबाई :** (धक्का बसून) गाण्याबजावण्याच्या जलशाला? रामराजांना घेऊन?

**हंबीरराव :** 'गाण्याबजावण्याच्या जलशाला' म्हणजे?

**अण्णाजी :** शहाजाद्याच्या दोस्तीतून शंभूराजांनी पैदा केलेला नवा छंद आहे हा! कालच्या जलशात तर राजांनी कोणा गाणारणीला —

**हंबीरराव :** छे छे! तुमची काहीतरी चूक होत असली पाहिजे, अण्णाजी!

**अण्णाजी :** आमच्या शब्दाविषयी संशय असेल तर बहिर्जींनाच आणून उभं करतो सरनोबतांच्या समोर!

**सोयराबाई :** (चिडून) रामराजांना घेऊन गाणारणीच्या मेळाव्यात? शंभूराजांच्या उन्मत्तपणाची अगदी हद्द झाली! अण्णाजी —

**हंबीरराव :** महाराजांना ठाऊक आहे शंभूराजांचा हा नवा शौक?

**सोयराबाई :** (रागाने) दुनियेच्या राजकारणापुढं सवड झाली तर तुमचे महाराज घरातल्या घालमेलीत लक्ष घालणार! अण्णाजी, गडाचे दरवाजे बंद करून घ्या. असल्या बेताल वागणुकीचा नतीजा कळू द्या एकदा शंभूराजांना आणि रामराजांनादेखील!

**अण्णाजी :** रामराजांची काय कसूर आहे त्यात? राणीसाहेब, शंभूराजांच्या संगतीसोबतीला आपण आजवर कधी हरकत घेतली नाहीत; मग शंभूराजांच्या पावलावर पाऊल टाकून छोटे राजे गाण्याबजावण्याच्या जलशात रमू लागले तर त्यात खंत वाटून घ्यायचं कारण काय?

**हंबीरराव :** (रागाने) याचा अर्थ काय? गडावर शंभूराजांना कोणी शास्ता उरला नाही की काय? महाराजांचा काय मनसुबा आहे? युवराज्ञींचा काय विचार आहे? युवराज्ञींची संमती समजायची की काय शंभूराजांच्या असल्या स्वैर चाळ्यांना?

**सोयराबाई :** या आल्या तुमच्या लाडक्या सूनबाई! त्यांनाच पुसा तुमचे सवाल! [तरतरीत मुद्रेची पण सौम्य, विनयशील आणि मितभाषी, सुमारे सतरा वर्षांची येसूबाई प्रवेशते आणि सोयराबाईंना नमस्कार करते. हंबीरराव आणि अण्णाजी मुजरा करतात.]

**येसूबाई :** राजांचे स्वैर चाळे? आमची संमती? आम्ही नाही समजलो आपल्या बोलण्याचा मतलब! कसले सवाल पुसायचे होते?

**अण्णाजी :** काल संध्याकाळपासून शंभूराजांचा गडावर पत्ता नाही. कुठं गेले, केव्हा गेले त्याची कोणाला खबरदेखील नाही!

**येसूबाई :** कोणालाही खबर नाही असं का म्हणता? स्वारींच्या हालचालींची आम्हाला खबर होती आणि शिवाय —

**सोयराबाई :** शंभूराजांच्या हालचालींची तुम्हाला खबर? सूनबाई, ही मुखत्यारी तुमच्याकडं कधीपासून आली?

**येसूबाई :** विपर्यास होतोय हा आमच्या म्हणण्याचा. अण्णाजींनी आपल्याकडे खुलासा केला असेल अशी आमची समजूत होती. अण्णाजी —

**अण्णाजी :** खुलासा कसला?

**येसूबाई :** प्रभावळीच्या सुभेदाराविरुद्ध फिर्याद घेऊन देसाई काल गडावर आले त्या वेळी अण्णाजी, आपण जातीनं हजर होता.

**अण्णाजी :** दरबारच्या या कटकटींचा राणीसाहेबांच्यापुढं खुलासा करायचं काय कारण? देसायांची फिर्याद आम्ही महाद्वारापाशीच मिटवली होती.

**येसूबाई :** फिर्याद मिटवलीत म्हणजे देसायांची बंदिखान्यात रवानगी केलीत, हेच ना?

**अण्णाजी :** मग? आम्ही नेमलेल्या सुभेदाराविरुद्ध फिर्याद करणाऱ्या उद्दाम अधिकाऱ्यांचा मुलाहिजा करायची रीत नाही.

**येसूबाई :** ही तुमची रीत झाली. स्वारींचा विचार वेगळा होता.

**अण्णाजी :** (रागाने) ठाऊक आहे शंभूराजांचा वेगळा विचार आम्हाला!

**येसूबाई :** स्वारींना देसायांच्या फिर्यादीची शहानिशा व्हायला हवी होती.

**अण्णाजी :** प्रधानमंडळाच्या हुकमतीत आम्ही युवराजांची मागणी नामंजूर केली होती.

**येसूबाई :** म्हणून जातीनं चौकशी करण्यासाठी युवराज आपल्या मुखत्यारीत काल शृंगारपूरला गेले.

**अण्णाजी :** (प्रक्षोभ अनावर होऊन) शंभूराजे जातीनं शृंगारपूरला गेले? चौकशी करण्यासाठी गेले? युवराज म्हणून आपल्या मुखत्यारीत गेले? पाहिलंत सरनोबत, हा सुरनिसांच्या शब्दाचा मान! ही अष्टप्रधानांची प्रतिष्ठा! छे छे, या गडावर राहण्यात आता कोणाचीच शोभा उरली नाही.

**हंबीरराव :** कसली फिर्याद? कशाची चौकशी?

**सोयराबाई :** संगती रामराजांना घेऊन जायचं काय कारण?

**येसूबाई :** ते चुकलं स्वारींचं. आताच समजलं ते आम्हाला, म्हणून जातीनं खुलासा करायला आलो आम्ही!

**सोयराबाई :** (चिडून) रात्र तळमळून काढली आम्ही आणि तुम्हाला आत्ता खुलासा करायला यायला फावलं?

**हंबीरराव :** शंभूराजे शृंगारपूरलाच गेले याची खात्री आहे आपल्याला?

**येसूबाई :** तुमच्या विचारण्याचा रोख ध्यानी नाही आला आमच्या!

**हंबीरराव :** काल रात्री शंभूराजे एका गाण्याच्या जलशात गुंतले होते असं कानी आलं आमच्या!

**येसूबाई :** शक्य आहे.

**अण्णाजी :** शंभूराजे अलीकडं वरचेवर 'गाणारणींच्या मैफलीत' जात असतात अशी खबर मिळाली आहे आम्हाला.

**येसूबाई :** वरचेवर नव्हे. कधी कधी राजे जातात आणि नुसत्या 'गाणारणी' नव्हे, गाणारेसुद्धा असतात त्या मैफलीत!

**सोयराबाई :** तुमच्या संमतीने चालतात राजांचे हे थेर?

**येसूबाई :** थेर? त्यात थेर कसले? गाण्याची आवड असणं हा गुन्हा आहे का?

**हंबीरराव :** राजांच्या वृत्तीबद्दल भलताच विश्वास दिसतोय तुमचा?

**येसूबाई :** हा ज्याच्या त्याच्या मनाचा धर्म आहे. पण स्वारींच्या गैरवर्तनाबद्दल तुमच्या हाती काही पुरावा लागला आहे काय?

**अण्णाजी :** पुराव्याची मुळी गरजच काय? गाण्याबजावण्याच्या मैफलीत युवराजांची ऊठबस व्हावी ही गोष्टच मुळी गैर आहे.

**सोयराबाई :** मग भलतेसलते अपवाद उठले तर लोकांच्या जबानीला बोल लावण्यात काय अर्थ?

**हंबीरराव :** सूनबाई, तुम्ही विसरताहात, राजे युवराज आहेत युवराज. मन मानेल तिकडे जायला नि मर्जी चाहेल तसं वागायला शंभूराजे स्वतंत्र नाहीत.

[हंबीररावांचे हे उद्‌गार ऐकतच शंभूराजे पाठकुळी नऊ वर्षांच्या राजारामाला घेऊन प्रवेशतात.]

**शंभूराजे :** (थबकून-कडाडून) कोण म्हणतो शंभूराजे स्वतंत्र नाहीत?

[शंभूराजांचे वय विशीच्या आत. उंच, धिप्पाड बांधा. मुद्रा तेजस्वी, कोवळी, किंचित् उग्र, निष्कपट. बाल्य संपले तरी वृत्तीतला हूडपणा अद्यापि बोलण्या-चालण्यात स्पष्ट प्रत्ययाला येतो. शंभूराजांच्या उद्‌गारांबरोबर राजाराम टुणकन् उडी मारून उतरतो आणि मातेकडे 'मासाहेब' अशी हाक मारून धाव घेतो. सोयराबाई राजारामास पोटाशी घेते आणि त्याची अलाबला घेते. राजाराम प्रकृतीने दुर्बल दिसतो पण स्वभावाने गोड, निरागस आणि चतुर. शंभूराजांच्या प्रवेशाबरोबर अण्णाजी व हंबीरराव मुजरा करतात. पण प्रक्षोभाने थबकलेल्या शंभूराजांना सोयराबाईंना मुजरा करण्याचेही भान उरलेले नाही.]

**हंबीरराव :** शांत व्हा शंभूराजे!

**शंभूराजे :** आमच्या माघारी पुन्हा आमची निंदानालस्ती!

**येसूबाई :** स्वारींचा गैरसमज झालाय. निंदानालस्ती कोणी केली? मन मानेल तिकडं जायला नि मर्जीला येईल तसं वागायला राजे स्वतंत्र नाहीत असं —

**शंभूराजे :** कोण म्हणालं असं? अण्णाजी, तुम्ही?

**अण्णाजी :** राजे, आमचं नाव आपण विनाकारण गोवू नका. आपल्याबद्दल एक शब्दही बोलायची आमची इच्छा नाही.

**हंबीरराव :** शंभूराजे, तुम्ही ऐकलेत ते उद्गार आमचे होते.

**शंभूराजे :** (उपरोधाने) अस्सं? तर मग अष्टप्रधानांचं बळ कमी पडायला लागलं म्हणून आता आपली नेमणूक झालेली दिसतेय!

**हंबीरराव :** नेमणूक कसली?

**शंभूराजे :** आम्हाला सन्मार्गावर आणण्यासाठी!

**हंबीरराव :** (उपहासाने) विपर्यास होतोय हा राजे —

**शंभूराजे :** ज्यांनी तुमची नेमणूक केली त्यांना जाऊन आमचा निरोप सांगा. प्रधानांच्या आणि सरकारकुनांच्या मर्जीनुसार आमची चालचर्या ठेवायला आमच्या बुद्धीचा आम्ही अजून सौदा केला नाही. समजलात सरनोबत!

**सोयराबाई आणि हंबीरराव :** (रागाने) शंभूराजे —

**शंभूराजे :** उभे आहोत आम्ही तुमच्यापुढं! हवी ती सजा फर्मावू शकता आपण!

[शंभूराजे आणि हंबीरराव डोळे फाडफाडून एकमेकांकडे बघू लागतात. तेव्हा येसूबाई पुढे होते आणि उघड उघड प्रसंगातील ताण कमी करण्यासाठी — ]

**येसूबाई :** (हळूच) मुजरा राहिला, बरं का?

[शंभूराजे चमकून येसूबाईकडे पाहतात आणि मग भानावर येतात. किंचित नरमून यांत्रिक रीतीने वाकून सोयराबाईस मुजरा करतात. तेवढ्यात — ]

**राजाराम :** (भेदरून अजिजीने) मासाहेब... मासाहेब... दादांना रागावू नका. दादांना बोलू नका. चूक आमची होती. दादा नको नको म्हणत होते. पण आम्ही हट्टानं त्यांच्या मागं मागं गेलो. पाठ सोडली नाही दादांची. खरंच... अगदी खरं सांगतो मासाहेब...

**सोयराबाई :** (रागाने राजारामाला दूर लोटीत) बोलू नका आमच्यासंगं!

**राजाराम :** (गोरामोरा होत) मासाहेब...

**सोयराबाई :** थंडीवाऱ्याची रात्र कुडकुडत बाहेर काढलीत. आमच्या जिवाला घोर लावलात. न पुसता जाऊ नये तिथं गेलात —

[अशी कानउघाडणी करीत सोयराबाई कुडकुडणाऱ्या राजारामाच्या अंगावर आपल्या अंगावरची शाल पांघरते. हे दृश्य शंभूराजे दुरून डोळे भरून बघतात.]

**राजाराम :** तसं नव्हे मासाहेब —

**सोयराबाई :** एक शब्द बोलू नका. जन्माची आठवण राहील अशी अद्दल घडवणार आहोत आम्ही तुम्हाला. सूनबाई, मुदपाकखान्यात वर्दी द्यायला सांगा की, रामराजांचा थाळा आज बंद!

**राजाराम :** (रडकुंडीला येत) मासाहेब —

**सोयराबाई :** तुमच्याबरोबर आम्हालादेखील शिक्षा म्हणून आम्हीदेखील आज अन्नाला स्पर्श करणार नाही.

**शंभूराजे :** (कमालीच्या सौजन्याने) मासाहेब, रामराजांना हकनाक सजा होते आहे ही. काय प्रकार झाला तो आम्ही सांगतो आपल्याला —

**सोयराबाई :** (तोडून) आम्हाला नका सांगू. ज्यांना सांगायचा आहे त्यांच्या पुढंच खुलासा करा. शंभूराजे, तुम्ही मधे बोलायचं काही कारण नाही. आम्ही रामराजांशी बोलतो आहोत, तुमच्याशी नाही. हवं तसं वागायला तुमचे तुम्ही मुखत्यार आहात. रामराजाचं तसं नाही. त्यांना जाबजबाब पुसणारे गडावर कोणीतरी आहेत. [शंभूराजांची मुद्रा व्यथित होते. मग सोयराबाई राजारामाकडे वळून बजावतात.] रामराजे, हज्जार वेळा तुम्हाला बजावलं पण तुम्ही आमचं ऐकत नाही. आता आज तुम्हाला सगळ्यांच्या समोर आम्ही निक्षून अखेरचं सांगतो आहोत. पुन्हा शंभूराजांच्या संगती तुम्ही आम्हाला दिसलात तर गडाचे दरवाजे बंद होतील तुम्हाला!

**राजाराम :** (रडत) पुन्हा नाही आम्ही हट्ट करणार, पण मासाहेब —

**येसूबाई :** ही शिक्षा रामराजांना नाही, स्वारींना होते आहे!

**शंभूराजे :** (घायाळ होत) रामराजांचा थाळा आज बंद! आमच्या संगती रामराजे पुन्हा दिसले तर त्यांना गडाचे दरवाजे बंद! बोल लावलात रामराजांना पण जखम केलीत आमच्या हृदयावर! का? का? कशासाठी हे सारं? आम्ही तुमचा काय अपराध केला होता? असला घाव घालण्यापरीस मासाहेब, चाबकानं आमची चामडी का नाही लोळवलीत?

[शंभूराजांच्या डोळ्यांत पाणी तरळू लागते, तेवढ्यात 'सिंहासनाधीश्वर क्षत्रियकुलावतंस शिवछत्रपती महाराऽऽज! निगा रखो!' अशी ललकारी ऐकू येते आणि छत्रपती शिवाजीमहाराज प्रवेशतात. पाठोपाठ मुख्य प्रधान मोरोपंत पिंगळे. शिवाजीमहाराजांच्या हसऱ्या तेजस्वी मुद्रेवर चिंतेच्या आणि वार्धक्याच्या खुणा स्पष्ट दिसतात. मनाची उभारी करपणारी विषण्णता मधेच महाराजांच्या पाणीदार डोळ्यांत तरंगताना दिसते. त्यावरून लक्षात येते की, हिंदवी राज्याचा हा प्रतिभाशाली आणि पराक्रमी शिल्पकार, आपल्या

राज्यातच नव्हे तर राजगृहातदेखील एकाकी असावा. मोरोपंत वृद्ध आहेत. वृत्तीने धीमे आहेत, मोजके आणि मार्मिक बोलणारे आहेत. महाराज मोरोपंतांशी बातचीत करीत येताना म्हणत असतात —]

**शिवाजी :** तेव्हा पंत, तुम्हाला हवे ते सगळे हुकूम मिळाले! उरलेला पत्रव्यवहार आपण दुपारी दोन घटकांनंतर पुरा करू. चालेल ना? बस् बस् बस्! आता राजकारण बंद! आज आम्ही मोहिमेवर कूच करणार. तत्पूर्वी दोन घटका आनंदानं आम्ही मुलांच्या संगतीत — (असे म्हणत महाराज प्रवेशतात. दारातच थबकतात आणि महालात दृष्टिक्षेप टाकून विस्मयाने उद्गारतात.) अरे! कोण शंभूराजे? रामराजे? (हर्षभराने धावून जात, दोघा पुत्रांना जवळ घेत) राणीसाहेब आपण? सूनबाई तुम्ही? हंबीरराव, अण्णाजी, तुम्हीदेखील? (सर्व मंडळी मुजरा करतात.) इथं तर दरबार भरलेला दिसतोय! (हसून) कोणाचा दरबार? राणीसाहेबांचा की युवराजांचा? की या आमच्या छोट्या राजांचा?

[सगळे चुळबूळ करतात पण बोलत मात्र कोणी नाही. तेव्हा हेरून हसून.]

अरे, सगळेच गप्प? पंत, पंचांग पाहा बरं — आज मौनव्रताचा दिवस आहे की काय? सगळ्यांच्या मुद्रा अशा म्लान काय म्हणून?

**मोरोपंत :** ते साहजिकच आहे महाराज. आपण आज कर्नाटकाच्या मोहिमेवर निघणार. मोहिमेसाठी पाऊल एकदा गडाबाहेर पडलं की —

**शिवाजी :** (हसून) छे छे पंत, तुमचा कयास साफ चुकला! भ्रमंतीचं चक्र तर विधात्यानंच आमच्या पायावर कोरून ठेवलंय! आमचे हे दोन छावे तरी मोहिमेच्या कल्पनेनं बिलकूल मलूल होणार नाहीत. काय शंभूराजे? तुमचे पाय पाहा बरं एकदा? आमचा कयास आहे, तुमच्या पायावरदेखील असंच एखादं चक्र असलं पाहिजे.

**शंभूराजे :** (चमकून) आबासाहेब —

**शिवाजी :** (गालांत हसून) शृंगारपुराहून कधी आलात?

**शंभूराजे :** (गडबडून) मी... मी म्हणजे आम्ही...

**शिवाजी :** (हसत) एवढं गांगरून जायचं काय कारण आहे त्यात? जाताना वर्दी द्यायची राहून गेली तर आल्याबरोबर राणीसाहेबांच्या पुढं दिलगिरीचे दोन शब्द बोलून मोकळं व्हायचं! काय छोटे राजे, रात्री-अपरात्री दौड मारायची तुमची हौस पुरली की नाही?

**राजाराम :** आबासाहेब —

**शिवाजी :** इतकी दौड मारलीत पण शेवटी गड चढताना शंभूराजांच्या पाठकुळी बसूनच आलात ना? हत् तुमची!

**राजाराम :** आबासाहेब, आम्ही काही दमलो नव्हतो, बरं का, पण —

**सोयराबाई :** (विस्मयाने) अगबाई! म्हणजे या या सगळ्या गोष्टींची स्वारींना खबर होती?

**शिवाजी :** (हसून) गडावर घडणाऱ्या इतक्या साध्या गोष्टींची आम्हाला खबर लागत नसती तर मोंगलांनी या राज्यातून आम्हाला केव्हाच हुसकावून लावलं असतं.

**सोयराबाई :** (ओशाळून) स्वारींच्या कानांवर आम्ही या वार्ता घालणारच होतो, पण —

**शिवाजी :** (खोचून) घालणारच होताऽत ह्वह्व पण घातली मात्र नाहीत. तुमच्या एवढ्या मोठ्या विश्वासाचे धनी आम्ही होतो तर मग आणखी काय पाहिजे? आम्हाला खबर देणारे दुसरेच होते. [हे ऐकताच शंभूराजांची नजर सहजगत्या संशयाने अण्णाजींकडे जाते. त्यातला आशय हेरून —] ऊं हूं! शंभूराजे, ते दुसरे म्हणजे अण्णाजी नव्हेत बरं का?

**अण्णाजी :** महाराजांनीच साफ साफ सांगितलं हे फार बरं झालं.

**शंभूराजे :** असा आरोप कधी केलाच नव्हता आम्ही!

**शिवाजी :** राजे, ओठ फसवे असतात, पण डोळे कधी खोटं बोलत नाहीत.

**सोयराबाई :** (रागाने) कोणीही खबर दिली म्हणून काय बिघडलं? नाहीतरी राजांना समज द्यायलाच हवी एकदा. दिवसचे दिवस मन मानेल तिकडं झुकायचं याचा अर्थ काय? आज ही चौथी वेळ. शंभूराजांच्या नादानं रामराजाचं पाऊलदेखील गडावर ठरेनासं झालंय अलीकडे!

**शिवाजी :** (हसून) जंगली शेरांना कधी कोणी ठाणबंद केलंय का, राणीसाहेब? धावू द्या! रानावनात, ऊनपावसात भटकू द्या! उघड्या डोळ्यांनी जग पाहू द्या त्यांना एकदा! धडपडली, ठेचकाळली तर ठेचकाळू द्या! याद आहे पंत — मासाहेब नेहमी म्हणत असत, अंगी बळ संचारलं की छावे जंगलाकडेच धाव घ्यायचे! मासाहेब — (शिवाजीमहाराज क्षणार्धात मनाने भूतकालात गडप होतात पण क्षणभरच! पुन्हा भानावर येत) मासाहेब गेल्या! ते दिवसही संपले! काळ मोठा विचित्र आला — काय अण्णाजी ?

**अण्णाजी :** नाही महाराज — म्हणजे छावे जंगलाकडेच धावले तर फारशी

तक्रार करायचं कारण नाही. पण — (शंभूराजांच्या तीव्र नजरेकडे पाहून अण्णाजी घुटमळतात.)

**शिवाजी :** पण? पण काय?

[अण्णाजी क्षणभर गडबडतात.]

**शंभूराजे :** बोला — थांबलात का? खुल्या दिलानं मनातली मळमळ ओकून टाका एकदा आबासाहेबांच्या समोर!

[तरीदेखील अण्णाजींचा हिय्या होत नाही तेव्हा हंबीरराव पुढे होत म्हणतात — ]

**हंबीरराव :** आम्ही सांगतो. खरी गोष्ट सांगायला कोणाची भीडभाड कशाला हवी? छत्रपतींचा छावा जंगल सोडून गाण्याबजावण्याच्या जलशात धाव घ्यायला लागला तर महाराजांनीच रोखायला हवं त्याला!

**शिवाजी :** (विस्मयाने) छत्रपतींचा छावा गाण्याबजावण्याच्या जलशात?

**सोयराबाई :** विचारा — आपल्या मुखानंच जाब पुसा राजांना! काल रात्री राजे कोणत्या सत्कृत्यात दंग झाले होते ते कळू द्या एकदा दुनियेला!

**शिवाजी :** राजे —

**शंभूराजे :** (दबलेल्या रागात) त्यासाठी आबासाहेबांच्या मार्फत आम्हाला जाब पुसायची काही गरज नव्हती, मासाहेब! आपण खुलासा मागितला असतात तरी खरं तेच सांगितलं असतं शंभूराजांनी! आबासाहेब, शृंगारपुराहून परत येताना महाडात गाण्याच्या एका मैफलीत थांबलो होतो आम्ही.

**शिवाजी :** कलावंतिणींच्या मैफलीत? मोगलांचे हे विलासी शौक आम्हाला पसंत नाहीत हे पुरतं ठाऊक होतं तुम्हाला, राजे? आणि तरी तुम्ही — पुन्हा मैफलीत गुंतलात?

**शंभूराजे :** आबासाहेब, पण —

**शिवाजी :** राजे, तुमच्या गळ्यात तुमचा कंठा दिसत नाही? [शंभूराजे गप्प होतात.] दिलात?

**शंभूराजे :** बिदागी म्हणून!

**शिवाजी :** (रागाने) पण राजे, कंठा का दिलात?

**शंभूराजे :** (चिडून) युवराजांच्या प्रतिष्ठेला साजेलसं दुसरं काय द्यायला हवं होतं आम्ही? आपण तरी दुसरं काय दिलं असतं?

**हंबीरराव, अण्णाजी आणि मोरोपंत :** हां हां शंभूराजे —

**सोयराबाई :** (रागाने) राजे, शुद्धीवर आहात का आपण? खुद्द महाराजांपाशी ही उद्धटपणाची भाषा?

**शिवाजी :** (व्यथित चित्ताने) राजे, जशी साधना करावी तशी फळं पावतात आणि तशाच वृत्ती बळावतात!

**शंभूराजे :** पण आबासाहेब —

**शिवाजी :** (तोडून) राजे, तुम्ही गैर वागलात! गैर वागलात त्याहीपेक्षा अधिक गैर बोललात!

[ताडकन उद्‌गारून शिवाजीमहाराज पाठ वळवतात आणि ताडताड निघून जातात. पाठोपाठ शंभूराजांकडे तिरस्काराने पाहात अण्णाजी, हंबीरराव आणि मोरोपंत चालते होतात. सोयराबाई राजारामाला ओढून नेत म्हणतात —]

**सोयराबाई :** इथं क्षणभरही थांबायचं नाही रामराजे. जन्मदात्याचा अपमान करणाऱ्यांचं आम्हाला दर्शनसुद्धा वर्ज्य आहे.

[सोयराबाई राजारामाला ओढून घेऊन जातात. राजाराम केविलवाण्या मुद्रेने मागे शंभूराजांकडे बघत बघत जातो. राजारामाच्या अंगावरली शाल दारात खाली पडते. इतका वेळ येसूबाई शंभूराजांकडे नुसती टक लावून पाहत उभी आहे.]

**शंभूराजे :** तुम्ही का उभ्या राहिलात? आमच्या तोंडावर थुंकून तुम्हीदेखील चालतं व्हायचं होतं?

**येसूबाई :** हीच पारख केलीत आमची आपण?

**शंभूराजे :** (धुमसत) बदनाम झालो आहोत आम्ही! आम्ही गैर वागलो. आम्ही गैर बोललो!

**येसूबाई :** जुन्या काळच्या माणसांना ही गाणीबजावणी नाही आवडत. पण तरीदेखील महाराजांना असं बोलायला नको होतं आपण!

**शंभूराजे :** म्हणूनच म्हणतो, थुंका आमच्या तोंडावर आणि चालू लागा इथून. आमचं दर्शनदेखील वर्ज्य माना इथून पुढं! आम्ही गैर वागलो! आम्ही गैर बोललो!

**येसूबाई :** इतकं रागवायला काय झालं? स्वारींच्यापुढं खरं ते बोलायचीसुद्धा चोरी झाली आहे का आम्हाला?

**शंभूराजे :** चोरी आम्हालाच झालीय! गडावर राहण्याची! या जगात उजळ माथ्यानं जगण्याचीदेखील!

**येसूबाई :** असं कोणी म्हटलं?

**शंभूराजे :** (फणफणत) आम्ही गैर वागलो! आम्ही गैर वागलो! देसायांना

चौकशीविना बंदिखान्यात डांबणारे अण्णाजी गैर वागले नाहीत! वसुलीसाठी कुलांना तापलेल्या सांडसानं डाग देणारे सुभेदार गैर वागले नाहीत! गडाचे दरवाजे आम्हाला बंद होतील अशी तंबी देणाऱ्या मासाहेब गैर बोलल्या नाहीत! पण प्रभावळीहून परतीच्या वाटेवर प्रहररात्र आम्ही गाण्याच्या मैफलीत घोटाळलो तर तेवढ्यानं आम्ही 'विलासी, शौकीन' झालो!

**येसूबाई :** आपण कंठा दिलात म्हणून महाराजांना राग आला!

**शंभूराजे :** (भडकून) दिला! दिला! दिला! कंठा दिला म्हणजे काही दौलत तर उधळली नाही? राजघराण्यातील बादशाही रीतिरिवाजांची या राजधानीतदेखील कोणाला याद उरली नाही. तानसेनाच्या प्रतिभेचं शहेनशहा अकबरानं चीज करायचं नाही, तर मग काय मशिदीत उमर वेचणाऱ्या मौलवींनी! कंठा दिला म्हणून तुम्ही आम्हाला बोल लावलात. कोणाला कंठा दिला? कंठा दिला एका गाणाऱ्या कलावंतिणीला; पोटासाठी देहविक्रय करणाऱ्या नायकिणीला नव्हे. आमचा शौक जाणून वाटेवर ती आम्हाला आडवी आली. युवराज्ञी, तिला भिक्षा नको होती, बिदागी हवी होती; म्हणून आमच्यासाठी तिनं मैफल उभी केली. रागदारीचे धुंद ताज उभे केले तिनं आमच्याभोवती. जान कुर्बान केली असती तरी बाईच्या गुणाचं मोल झालं नसतं; मग क्षुद्र कंठ्याची बात कशाला पुसता?

**येसूबाई :** हा खुलासा मघा का नाही केलात?

**शंभूराजे :** आम्ही गैर वागलो! आम्ही गैर बोललो! (एकदम याद येऊन गहिवरून) मासाहेब! थोरल्या मासाहेब तर गेल्या! आता कोणासमोर करायचा आम्ही खुलासा? आम्हाला पाण्यात पाहणाऱ्या या या मासाहेबांच्या समोर? आमची नालस्ती करणाऱ्या हंबीररावांसमोर? आम्हाला युवराजपदावरून हुसकावू पाहणाऱ्या अष्टप्रधानांसमोर?

**येसूबाई :** ऊं हूं! आपल्यावर माया करणाऱ्या महाराजांसमोर!

**शंभूराजे :** हूं! माया! ते तर आम्हाला केवळ सजा पुकारण्यासाठीच इथं आले होते.

**येसूबाई :** हे मात्र आपल्या मनचं आहे हं सारं! मोहिमेसाठी आज गड सोडायचा म्हणून किती प्रेमानं भेटायला आले होते आपल्याला महाराज —

**शंभूराजे :** आम्हाला नव्हे! मासाहेबांना आणि रामराजांना!

**येसूबाई :** महाराजांनी आपल्यात आणि रामराजांत कधी भेदभाव केलाय का!

मघा मासाहेबांनी आणि अण्णाजींनी आपल्याविरुद्ध इतकं आकाशपाताळ एक केलं तेव्हा महाराजांनी प्रथम आपलीच बाजू घेतली नाही का?

**शंभूराजे :** (पारा उतरत) हो — हो... खरं आहे. घेतली, पण —

**येसूबाई :** आपण पुरता खुलासा केला नाहीत. महाराजांना तोडून बोललात. विनाकारण घाव घातलात. आपल्यासारखं दुसऱ्यांनाही मन नसतं का?

**शंभूराजे :** (विरघळत, विचारात पडत) चुकलं थोडंसं आमचं! पण —

**येसूबाई :** ऊं हूं! थोडंसं नव्हे, पुष्कळ चुकलं!

**शंभूराजे :** (किंचित हसून) कबूल कबूल! पुष्कळ चुकलं आमचं. हवी तर माफी मागतो आम्ही तुमची! बस?

**येसूबाई :** आमची नको. जाऊन महाराजांची माफी मागावी आपण!

**शंभूराजे :** (एकदम उसळून) महाराजांची माफी? आम्ही? आम्ही जाऊन महाराजांची माफी मागावी? ते होणं नाही! ते होणार नाही! मासाहेब हसतील आम्हाला, अष्टप्रधान घडीघडीला पाणउतारा करतील आमचा! सरकारकून आमचं नाक खाली झालेलं पाहून थयथया नाचतील! हे होणं नाही. या घटकेपर्यंत आम्ही कोणापुढं मस्तक झुकवलं नाही. आम्ही कधी कशाचा पश्चात्ताप केला नाही. कोणापुढे कधी दिलगिरीसाठी झोळी पसरली नाही! एक मासाहेब! बस, एक थोरल्या मासाहेब! त्यांच्या पायांशिवाय अन्य पायांना आम्ही कधी स्पर्श केला नाही! आम्ही तुम्हांला स्पष्ट बजावतो — [इतका वेळ येसूबाई शंभूराजांच्या मुद्रेवर टक लावून उभी आहे. नजरेला नजर मिळताच ती प्रसन्नपणे अर्थपूर्ण स्मित करते.] हसू नका. पटणार नाहीत तुम्हाला आमचे बोल — पण आम्ही स्पष्ट सांगतो की — (थबकतात. क्षणार्धात उमगायचे ते उमगतात. मग हलकेच विषण्णतेने) ठीक ठीक! तुमचंही रास्त आहे. घाव आम्ही घातला. आता आम्हाला माफी मागण्यावाचून गत्यंतर नाही. तुमच्या खातर — केवळ तुमच्या शब्दाखातर महाराजांची माफी मागतो आम्ही! [शंभूराजे जाऊ लागतात. दारापाशी येतात तोच राजारामाच्या अंगावरून खाली पडलेली शाल त्यांना दिसते. खाली वाकून ते ती शाल उचलतात, कुरवाळतात आणि बघता बघता कसल्याशा स्वप्नात विरघळून जातात आणि — ]

मघा मासाहेब रामराजांना किती तोडून बोलल्या! तोडून बोलल्या पण

बोलताना रामराजांच्या अंगावर ही शाल घातली त्यांनी! भाग्यवान आहेत
रामराजे. खरंच, आज आमच्या मासाहेब असत्या तर —
[येसूबाई शंभूराजांच्या हातून शाल घेते. शंभूराजे जड पावलाने दाराबाहेर
पाऊल घालतात, तोच — ]

[पडदा]

## अंक पहिला

### प्रवेश दुसरा

[त्याच दिवशी तिसऱ्या प्रहरी अशाच एका महालात शिवाजीमहाराज येरझारा घालीत तोंडाने पत्राचा मजकूर सांगत आहेत आणि बैठकीजवळ बसून मोरोपंत तो लिहून घेत आहेत. बैठक मारून लिहिण्याचा पंतांना सराव नाही ही गोष्ट त्यांच्या अस्वस्थ हालचालीवरून महाराजांच्याही लक्षात येते. महाराजांच्या सांगण्याचा वेग वाढू लागतो तशी पंतांची तारांबळ उडते.]

**शिवाजी :** ...एवढी हरामखोरी तुम्ही कराल आणि रसद पाठवून मुजरा करू म्हणाल त्यावरी साहेब रिझतील की काय? न कळे की गनिमांनी काही देऊन तुम्हाला आपले चाकर केले असतील. म्हणोन ऐसी बुद्धी केली असेल. तरी ऐशा चाकरास —

**मोरोपंत :** (तारांबळ उडून) महाराज... जरा...

**शिवाजी :** (हसून) तारांबळ उडाली वाटतं? आमच्या उमेदीसारखा तुमचा हातदेखील थकायला लागला आता. पंत!

**मोरोपंत :** बाळाजीपंत दप्तर सांभाळतात. त्यांच्याप्रमाणं मान मोडून कलम चालवण्याचा वकूब उरला नाही आता दुसऱ्या कोणात.

**शिवाजी :** खरं आहे! पाहतोच आहोत आम्ही! चार दिवस बाळाजीपंत मुलुखाकडे गेले तर पत्रव्यवहाराचे पायच पांगळे झाले आहेत. पंत, सरकारी कामकाजात असा एकखांबी तंबू बरा नव्हे! (मोरोपंत साभिप्राय स्मित करतात. ते हेरून — ) का? हसलातसे?

**मोरोपंत :** काही विशेष नाही महाराज —

**शिवाजी :** सरकारी कामकाजात हा एकखांबी तंबू बरा नव्हे असं आम्ही उद्‌गारातच पंत, तुम्ही गालांत हसलात! कळला! तुमच्या हसण्यातला मतलब आमच्या ध्यानी आला!

**मोरोपंत :** तसं नव्हे महाराज —

**शिवाजी :** पंत, न बोलता, मोठ्या हुशारीनं आमच्या मनातल्या मर्मावर नेमकं बोट ठेवलंत तुम्ही! (हसून) ठीक! ठीक! घ्या, सावकाशीनं टिपून घ्या. हिंमत राखून पुढची मजल गाठायची आहे तुम्हा आम्हा बुढ्ढ्या लोकांना. कोठपर्यंत आलो होतो आपण?

**मोरोपंत :** (वाचीत) तरी ऐशा चाकरास...

**शिवाजी :** (पुन्हा येरझारा घालीत) तरी ऐशा चाकरास ठाकठीक केलेच पाहिजे. ब्राह्मण म्हणून कोण मुलाहिजा करू पाहतो? या उपरी तऱ्ही — (क्षणभर थबकतात. मनात निराळीच कल्पना डोकावून, चुटकी वाजवून म्हणतात —) पंत,

**मोरोपंत :** जी महाराज!

**शिवाजी :** एक सवाल पुसतो. नीट हुशारीनं जबाब द्या. आमचा उच्छेद करण्यासाठी यानंतर आलमगीर कोणता मोहोरा खर्ची घालील असा कयास आहे तुमचा ?

**मोरोपंत :** (विचारात पडत) मिर्झाराजांच्या पेक्षा दुसरा मातबर मोहोरा उरला होता कुठं दिल्लीपतीच्या दरबारात? आणि मिर्झाराजे जयसिंग तर आता आटोपले!

**शिवाजी :** बिलकूल सही! म्हणूनच आता आमचा अंदाज ऐकून ठेवा. यानंतर खुद्द आलमगीर जातीनंच दक्षिणेच्या स्वारीसाठी खाली उतरला तर आम्हाला बिलकूल आश्चर्य वाटायचं नाही!

**मोरोपंत :** (लेखणी खाली ठेवीत विस्मयाने) खुद्द आलमगीर?

**शिवाजी :** का! त्यात एवढं आश्चर्य वाटायचं काय कारण? आमच्या हयातीतली अखेरची झुंज खुद्द आलमगीरबरोबरच होणार हे फार दिवस आम्ही ओळखून आहोत. (पंतांची मुद्रा पडते, ते हेरून —) असे डरता काय पंत? अहो, यापेक्षा मातबर गनिमाला आपण कैक प्रसंगी खडे चारले नाहीत काय?

**मोरोपंत :** ते प्रसंग वेगळे होते महाराज! पण दिल्लीपतीचं सामर्थ्य अफाट आणि —

**शिवाजी :** आणि आम्ही योजिलेले अस्त्रदेखील तितकेच अफाट! (हसतात.)

**मोरोपंत :** अस्त्र? आम्ही नाही समजलो?

**शिवाजी :** (हसून) नाही? औरंगजेबाचा पुत्र शहाजादा मोअज्जम दक्षिणेच्या सुभ्यावर आहे याची याद आहे तुम्हाला, पंत?

**मोरोपंत :** होय महाराज, शंभूराजांची आणि शहाजाद्याची भाईचारात दोस्ती बनली आहे, हेही माहीत आहे आम्हाला, पण —

**शिवाजी :** पंत! या दोस्तीची ही वेल इतकं खतपाणी घालून आम्ही कशासाठी वाढवतो आहोत ते तुमच्या पुरतं ध्यानात आलं नाही अद्याप! आमची पक्की खात्री आहे की, बापावर रुष्ट झालेला हा शहाजादा एक दिवस आमच्या आश्रयाला आल्यावाचून राहणार नाही.

**मोरोपंत :** (चकित होऊन) पण महाराज —

**शिवाजी :** पितापुत्रांतला संघर्ष म्हणजे परक्यांना पर्वणीच.

**मोरोपंत :** (चकित होऊन) म्हणजे महाराज —

**शिवाजी :** पराक्रमी पित्याला त्याच्याच पुत्राच्या फितुरीचा शह दिल्यावर पितापुत्रांसकट उभ्या राज्याची बरबादी व्हायला कितीसा उशीर? मोंगलांचं सामर्थ्य अफाट असेल. पण पितापुत्रांसकट दिल्लीपतींची सत्ता धुळीला मिळवणारा हुकमी बाण आमच्या हातात आहे पंत!

**मोरोपंत :** (थक्क होत) म्हणजे शहाजाद्याच्या आश्रयानं आपण —

**शिवाजी :** (हसून) जाऊ द्या! बांधीत आणलेले दूरचे मनसुबे आहेत ते! अगोदर खलिता!

[पंत लेखणी उचलून सरसावतात तोच महाराजांच्या मनात काहीएक विचित्र कल्पना चमकते आणि महाराज स्वत:शीच हसू लागतात, मोठमोठ्याने हसतात, तसे पंत — ]

**मोरोपंत :** (बावचळून) का? काय झालं महाराज?

**शिवाजी :** (हसू आवरीत) नाही. आमच्या डोक्यात एक मजेदार कल्पना डोकावली. पंत, समजा, शहाजाद्यानं शंभूराजांनाच उद्या फितवून नेलं आणि आमचाच डाव मोगलांनी उद्या आमच्यावर उलटवला तर?

**मोरोपंत :** (थरारून) महाराज —

**शिवाजी :** (मोकळे हसून) घाबरलात? अहो ठणठणीतपणानं जबाब द्या ना आम्हाला की, मोगलांनी आमचा छावा फितवून नेईतो आम्ही गाफील राहणार आहोत की काय? (हसू आवरीत) बोला, कोठवर आलो होतो आपण?

**मोरोपंत :** (लेखणी बुडवून, वाचीत) या उपरी तऱ्ही —

**शिवाजी :** (मिस्कीलपणे) या उपरी तऱ्ही— अष्टप्रधानांनी गाफील न राहाणे!

[पंत लिहू लागतात. मग थबकतात, मान वर करून महाराजांच्या मिस्कील मुद्रेवरील अर्थ हेरतात. दोघेही हसतात आणि मग महाराज मजकुराकडे वळत म्हणतात —]

हूं, घ्या लिहून. या उपरी तऱ्ही ऐवज व गल्ला राजश्री मोरोपंती देवीला असेल तेणेप्रमाणे आदा करणे. या उपरी बोभाट आलियास गनिमाचे चाकर गनीम जालेस ऐसे जाणून बरा नतीजा तुम्हास पावेल. ताकीद असे...

[मजकूर सांगून संपत असतानाच अण्णाजी आणि राजाराम प्रवेशतात.]

**शिवाजी :** या राजे! अण्णाजी, अगदी वेळेवर आलात तुम्ही. पंत, अण्णाजींना एकदा डोळ्यांखालून घालू द्या आम्ही लिहिलेला खलिता!

[अण्णाजी खुणेनेच पंतांना "कोणाला?" अशी पृच्छा करतात. त्यावर मोरोपंत —]

**मोरोपंत :** (वाळू टाकून फुंकत) जिवाजी विनायक—प्रभावळीचे सुभेदार.

[अण्णाजी अस्वस्थतेने त्यांच्यापाशी जाऊन खलिता वाचू लागतात... तोवर —]

**शिवाजी :** (राजारामाला जवळ घेत) हूं — मग काय छोटे सरकार, दुपारचा थाला घेतलात?

**राजाराम :** हो, जी. केव्हाच!

**शिवाजी :** शंभूराजांनी?

**राजाराम :** दादांनीदेखील घेतला.

**शिवाजी :** (हसून) मग तुमच्या मासाहेबांनी तुम्हाला दिलेली सजा एकूण माफ केली म्हणायची?

**राजाराम :** (गालात हसून) आबासाहेब, आपण होतात म्हणून सजा माफ झाली. नाहीतर कंबख्तीच होती आमची.

**शिवाजी :** (हसून) बाकी अधूनमधून असं उपाशी राहिलं म्हणजे खोड्या कमी होतात, नाही?

**राजाराम :** ऊंऽऽ, बरे उपाशी राहू आम्ही? दादांची युक्ती कुठं माहीत आहे तुम्हाला?

**शिवाजी :** दादांची युक्ती? कोणती युक्ती बुवा?

**राजाराम :** अशी सांगायची नसते काही ती कोणाला!

**शिवाजी :** आम्हालासुद्धा? बरं, नका सांगू! आम्हीदेखील तुम्हाला काही

सांगणार नाही, स्वारी शिकारीला बरोबर नेणार नाही, तुमच्यासंगती बोलणारसुद्धा नाही. चला, तुमची आमची कट्टी!

**राजाराम :** हे हो काय आबासाहेब? तुमची आपली सदान्‌कदा कट्टीची भाषा. (हळूच) तुम्हाला म्हणून सांगतो, बरं का! पण अगदी गुप्त गुप्त ठेवायची आमची गंमत.

**शिवाजी :** अगदी गुप्त गुप्त!

**राजाराम :** अहो सांगू का — किनई, मासाहेब दादांच्यावर रागावल्या म्हणजे —

**शिवाजी :** मासाहेब दादांच्यावर रागावतात?

**राजाराम :** हात्तिच्या, त्यात काय? अहो, त्या नेहमी सगळ्यांच्यावर रागावलेल्या असतात.

**शिवाजी :** अस्सं, बरं मग?

**राजाराम :** मग काय? आम्ही दादांच्या संगती गडावर खूप खूप भटकतो आणि जाळीत शिरून रगड करवंदं खातो! आहे की नाही मज्जा! (हसतो.)

**शिवाजी :** (हसत) शाब्बास! आहे खरी मजा! पण काय हो छोटे सरकार, एकटे एकटे जाळीत शिरून तुम्ही करवंदं खाता, पण आमची याद येते का कधी तुम्हाला?

**राजाराम :** (आश्चर्याने) तुम्हाला करवंदं आवडतात, आबासाहेब?

**शिवाजी :** आम्हाला पुष्कळ आवडतात, पण —

**राजाराम :** मग तुम्हीसुद्धा चला की! (टुणकन उडी मारून महाराजांच्या हाताला धरून उठवीत) खरंच चला, येता? आम्ही दाखवतो तुम्हाला करवंदांच्या जाळी! बघा बुवा, आम्ही तुम्हाला पेटाराभर करवंदं काढून देऊ!

**शिवाजी :** (हसून) आणि दरबारची कामं कोण करणार? मोहिमेवर कोण जाणार?

**राजाराम :** (फुरंगटून) तुमचं म्हणजे नेहमी असंच आबासाहेब, कधी आमच्यात यायचं नाही!

**शिवाजी :** (रुसून पाठ फिरवून बसलेल्या राजारामाला जवळ घेऊ समजूत काढीत) हे काय बरं छोटे राजे! उगीचच रुसायचं? तुमच्यासंगं आम्ही करवंदं खायला भटकू लागलो तर हे अण्णाजी आणि पंत काय म्हणतील ठाऊक आहे? म्हणतील, एवढे मोठे छत्रपती —

**राजाराम :** (वाक्य पुरे करीत) आणि आपले करवंदं खात भटकताहेत, होय

ना? (महाराज, पंत आणि अण्णाजी हसतात.) आपण नाही रे बोवा कधी छत्रपती होणार!

**शिवाजी :** आणि आम्ही तुम्हालाच छत्रपती करायचं ठरवलं तर?

**राजाराम :** सगळं खोटं खोटं! आम्हाला आहे माहीत! आम्हाला सांगितलंय मासाहेबांनी!

**शिवाजी :** काय? काय सांगितलंय मासाहेबांनी तुम्हाला?

**राजाराम :** आबासाहेब, दादांचे धाटके भाऊ म्हणून आम्ही जन्मलो यात आमचा काय अपराध आहे हो?

**शिवाजी :** छट्! कोणी सांगितलं तुमचा अपराध आहे म्हणून?

**राजाराम :** मासाहेब, आम्हाला उगीचच्या उगीच रागे भरत असतात बघा. म्हणतात, तुम्ही कपाळकरंटे आहात! कर्मदरिद्री आहात! धाकटे म्हणून जल्मलात. आता बसा जन्मभर दादांची चाकरी करीत!

**शिवाजी :** तुमची मस्करी करतात मासाहेब!

**राजाराम :** आम्ही नाही दादांची चाकरी करणार!

**शिवाजी :** मग काय करणार?

**राजाराम :** आम्हालासुद्धा छत्रपती व्हायचंय!

**शिवाजी :** पण आताच तर तुम्ही म्हणालात ना — आपण नाही रे बुवा छत्रपती होणार म्हणून?

**राजाराम :** त्यात काय? आम्ही छत्रपती होणार आणि करवंदंही खाणार!

**शिवाजी :** ठीक ठीक! करून टाकू आम्ही तुम्हाला रायगडचे छत्रपती.

**राजाराम :** आणि दादांना?

**शिवाजी :** त्यांना देऊ कर्नाटकात पाठवून! काय पंत?

**मोरोपंत :** (अण्णाजींकडे पाहत साभिप्राय हसून) तेवढ्यावर कज्जा तुटला तर सोन्याहून पिवळं!

**राजाराम :** अगदी खरं खरं?

**शिवाजी :** अगदी खरं!

**राजाराम :** बघा बरं? पक्कं ठरलं ना?

**शिवाजी :** होय तर! पक्कं ठरलं! [राजाराम हर्षाने टुण्कन उडी मारून जायला उठतो. तसे — ] थांबा थांबा — अहो छत्रपती, असे तडकाफडकी निघालात कुठं?

**राजाराम :** (थबकून) कुठं म्हणजे? आबासाहेब, अहो दादांना वर्दी द्यायला नको का?

[तोच संथ पावलाने शंभूराजे प्रवेशतात. त्यांना पाहताच ''दादा'' अशी उत्कटतेने हाक मारून राजाराम शंभूराजांकडे धाव घेतो. शंभूराजे तितक्याच मायेने राजारामाला पोटाशी घेतात. ते दृश्य पाहून — ]

**शिवाजी :** पंत, ही भेट पाहायला व्यंकोजीराजे इथं असायला हवे होते, नाही? [मोरोपंत अर्थपूर्ण स्मित करतात.] या शंभूराजे, उदंड आयुष्य आहे तुम्हाला! आताच याद काढीत होतो आम्ही तुमची!

**शंभूराजे :** (अस्वस्थतेने) आपल्यापाशी बोलायचं होतं थोडंसं!

**शिवाजी :** (हसून) सूनबाईंनी रवानगी केली वाटतं राजे तुमची?

**शंभूराजे :** भलतेच शब्द आमच्या तोंडून बाहेर पडले, पण —

**शिवाजी :** सकाळच्या प्रकाराबद्दल म्हणता होय? जाऊ द्याह्न ती गोष्ट राजे, आम्ही केव्हाच विसरलो.

**शंभूराजे :** आपल्याला राग आला असेल म्हणून —

**शिवाजी :** राज्य करणाऱ्या माणसाला घडोघडी असं रागावून चालत नाही, राजे! तुम्ही फार फार रागावता, शंभूराजे!

**शंभूराजे :** नाही, आबासाहेब, आमच्या म्हणण्याचा मतलब —

**शिवाजी :** नाही, माणसानं रागवावं, पण राग ओठापुरता ठेवावा, पोटापासून रागावू नये! काय पंत?

**मोरोपंत :** लाख मोलाची गोष्ट बोललात, महाराज!

**शिवाजी :** (मिस्कीलपणे) हे अण्णाजी कधी कोणावर रागावतात का पाहा बरं!

**अण्णाजी :** (चकारून) ऊं — ऊं... म्हणजे महाराज —

**शिवाजी :** जिथं रागवायला पाहिजे तिथंसुद्धा रागावत नाहीत. मग प्रभावळीचे सुभेदार खुशाल आमचा हुकूम धुडकावून लावतात; ऐवज आणि गल्ला आदा करीत नाहीत. आणि —

**मोरोपंत :** तेच सांगत होतो मी अण्णाजींना —

**अण्णाजी :** थोडा गैरसमज झालाय आपला, महाराज!

**शिवाजी :** गैरसमज! (हसतात) अण्णाजी, तक्रार आल्याबरोबर जातीनं जाऊन शहानिशा करायची हा दरबारचा रिवाज तुम्हाला ठाऊक आहे! तक्रारखोरांना एकदम बंदिखान्यात लोटून मूळ कज्जा मिटेल काय?

**शंभूराजे :** (फुशारकीने) अण्णाजींच्यावर तोच दावा होता आमचा, आबासाहेब! शृंगारपूरला जाऊन अण्णाजींनी जातीनं शहानिशी केली असती तर —

**शिवाजी :** जातीनं शहानिशा करणं म्हणजे प्रजेला केवळ अभयदान देत सुटणं

नव्हे राजे! तुम्ही साऱ्यात सूट दिली म्हणून लोकांनी तुम्हाला दुवा दिला. पण सैन्य पोटांवर चालतं, राजे, लोकांच्या दुव्यावर नाही!

**अण्णाजी :** आम्हीदेखील हेच म्हणत होतो, महाराज! मोठमोठ्या मोहिमा खबरदारीनं चालायच्या म्हणजे करवसुली ही झालीच पाहिजे!

**शंभूराजे :** हे आम्हाला समजतं, अण्णाजीपंत! पण कर वसूल करणं म्हणजे अश्राप प्रजेवर सूड घेणं नव्हे!

**अण्णाजी :** फार मोठा आरोप करताहात आपण, युवराज!

**शंभूराजे :** डोळ्यांनी पाहिलेली वस्तुस्थिती सांगतो आहोत आम्ही. तुमचे सुभेदार हाताखालच्या देसाई-देशमुखांना निर्दयपणे वेठीला धरतात आणि देसाई-देशमुख आपली कातडी बचावण्यासाठी तमाम कुळांना वसुलीपायी दे माय धरणी ठाय करून सोडतात.

**मोरोपंत :** अधिकाऱ्यांना दोष देण्यात काय हशील आहे, युवराज? ते बिचारे हुकमाचे ताबेदार!

**शंभूराजे :** (उसळून) हुकमाचे ताबेदार? कोणाच्या हुकमाचे ताबेदार? लोकांना तुम्ही अंधारकोठडीत डांबता, त्यांच्या घरादारांवर जप्ती आणता, तापलेल्या सांडसानं कर्त्या पुरुषांना डागता, त्यांना राखेचे तोबरे देता, आणि —

**मोरोपंत :** प्रत्येक प्रश्नाला दोन बाजू असतात, युवराज. कधी कोठे घडणारे तुरळक प्रकार म्हणजे काही राज्यकर्त्यांनी घालून दिलेले कारभाराचे रिवाज नव्हेत!

**शिवाजी :** वसुलीसंबंधी आम्ही काढलेला फतवा तुम्ही पाहिला नाहीत का, राजे?

**शंभूराजे :** आबासाहेब, आपला फतवा राहिला आहे केवळ सुभेदारांच्या दप्तरात पडून! प्रत्यक्षात त्या राज्यातल्या अधिकाऱ्यांनी मोंगल बरे अशी आमच्या प्रजेला दहशत घातली आहे.

**अण्णाजी :** आमच्या अधिकाऱ्यांच्या इमानाची अशीच संभावना होणार असेल तर, महाराज —

**शिवाजी :** राजे, तुम्ही अजून लहान आहात. तुमच्या गरम रक्तातला उत्साह आणि आवेश आम्हाला कळतो. आम्ही तुमच्याएवढे तरुण होतो त्या वेळी पदोपदी असेच भडकून जात होतो. पण राजे, अनुभवानं एक गोष्ट आम्ही शिकलो, जशी माती तशा मूर्ती घडतात! शासनकर्ते कोठून आभाळातून तर पडत नाहीत?

**शंभूराजे :** पण आबासाहेब —

**शिवाजी :** तुम्ही सांगता ते प्रकार आमच्या ध्यानी आले नाहीत असं वाटतं का तुम्हाला? पण राज्य करायचं म्हणजे माणसं राजी राखावी लागतात, हळूहळू त्यांना आकार द्यावा लागतो. एका रात्रीत कधी रामराज्य अवतरत नाही, राजे!

**अण्णाजी :** महाराज, आपण मोहिमेवर निघण्यापूर्वी एका बाबीसंबंधी खुलासा व्हावा असा प्रधानमंडळाचा अर्ज आहे.

**शिवाजी :** कशाबद्दल खुलासा?

**अण्णाजी :** आपल्या गैरहजेरीत रायगडाची मुखत्यारी जर युवराजांच्याकडंच राहणार असेल —

**शंभूराजे :** छत्रपतींच्या गैरहजेरीत ही मुखत्यारी जन्मसिद्ध हक्कानं युवराजांच्याकडं येते हे प्रधानमंडळाला पक्कं ठाऊक आहे. मग आजच हा खुलासा मागायचं कारण?

**मोरोपंत :** त्यात काही गैर मानायचं कारण नाही, युवराज. प्रधानमंडळातले मुत्सद्दी जुन्या परंपरेत वाढलेले. त्यांना तुमचे नवे विचार पेलले नाहीत तर चालत्या कारभारात पावलोपावली खीळ पडायची नाही का? तेव्हा —

**अण्णाजी :** अर्ज असा की, महाराजांनी अष्टप्रधानांना दुसरी कामगिरी तरी नेमून द्यावी अथवा —

**शंभूराजे :** (रागाने) तुमच्या बोलण्याचा अर्थ आम्हाला चांगला समजतो, पंत! आबासाहेब, प्रधानमंडळाचा तसा निश्चयच असेल तर या सगळ्या सज्जनांची खुशाल काशीयात्रेसाठी रवानगी करावी. त्यांच्या योग्य अशी तेवढीच कामगिरी बाकी उरली आहे!

**शिवाजी :** राजे —

**शंभूराजे :** प्रधानमंडळाचं आव्हान आम्ही खुशीनं स्वीकारतो. सबंध राज्याचा कारभार पेलायची आमच्या एकट्याच्या बाहूंत भरपूर ताकद आहे!

[तेवढ्यात हंबीरराव प्रवेशतात आणि महाराजांना मुजरा करतात.]

**शिवाजी :** (हसून मिस्कीलपणे) या हंबीरराव — तुम्हीच तेवढे बाकी होता.

**हंबीरराव :** आम्ही...आम्ही नाही समजलो, महाराज!

**शिवाजी :** नाही? (हसून मिस्किलपणे) अहो इतका वेळ तुम्ही करताहात तरी काय?

**हंबीरराव :** घटकाभरात आपल्या सैन्याची पहिली तुकडी गडाखाली कूच करणार, तेव्हा —

**शिवाजी :** अहो, इथं केवढी झुंबड उडाली आहे आणि तुम्ही मोहिमेची क्षुद्र बात काय बोलता?

**हंबीरराव :** (सर्वांकडे विस्मयाने पाहत) झुंबड?

**शिवाजी :** तर? हे पंत, हे अण्णाजी, त्यांच्या पांढऱ्या केसांवर जाऊ नका तुम्ही. तांबड्या मातीत उतरलात तर तुम्हालादेखील चीतपट करण्याइतके पेच आहेत त्यांच्या पगडीत.

**मोरोपंत :** (वरमून) महाराज, आमचं काही चुकलं असेल तर —

**शिवाजी :** आणि शंभूराजांबद्दल तर बोलायलाच नको! त्यांना वाटतंय की, दहा हत्तींचं बळ संचारलंय आपल्या अंगात!

**शंभूराजे :** नुसतं वाटतं नव्हे आबासाहेब, आमची खात्री आहे की —

**शिवाजी :** पण राजे, हत्ती फार चतुर असतो, नाही? उठल्यासुटल्या दिसेल त्याला धडक देत नाही सुटत तो!

**शंभूराजे :** (विस्मयाने) आबासाहेब —

**शिवाजी :** मग बोला हंबीरराव, तुम्ही कोणत्या बाजूनं दंड थोपटून उतरणार या झुंजीमध्ये?

**हंबीरराव :** (हसून) आम्ही आपले दुरून बघतो आहोत ते ठीक.

**शिवाजी :** (हसून) ऊं हूं! हंबीरराव, दुरून मजाक बघायचं भाग्य फार दिवस लाभायचं नाही बरं का तुम्हाला.

**हंबीरराव :** (विस्मयाने) महाराज!

**शिवाजी :** (खळखळून हसून) मस्करी सोडून द्या मंडळी! क्षणभर भविष्यातल्या लळिताचे रागरंग न्याहाळीत होतो आम्ही. राजे, आमच्या डोक्यात एक कल्पना आलीय. पाहा तुम्हाला रुचते का ती!

**शंभूराजे :** कोणती कल्पना, आबासाहेब?

**शिवाजी :** पंत, अण्णाजी, तुम्हीदेखील विचार करा. आपल्या राज्यातल्या सगळ्या सुभ्यांचे कारभार अजून पुरते सुधारले नाहीत हे तुम्हाला मान्य आहे?

**मोरोपंत :** यात वाद व्हायचं काही कारणच नाही, महाराज!

**शिवाजी :** आमची मसलत अशी आहे की, शंभूराजांनी प्रभावळीची सुभेदारी पत्करावी आणि तमाम सुभेदारांना आमच्या गैरहजेरीत कारभाराचा नवा आदर्श घालून द्यावा.

**शंभूराजे :** आमच्या हुकमीत ढवळाढवळ होणार नसेल तर खुशीनं पत्करू आम्ही ही कामगिरी.

**शिवाजी :** बिलकूल ठीक! पंत, आम्ही कर्नाटकाची मोहीम आवरून राजधानीत परत पाऊल ठेवेतो राजे शृंगारपूरला राहतील आणि प्रभावळीच्या सुभ्याचा कारभार बघतील. त्यांच्या कारभारात प्रधानमंडळानं बिलकूल हस्तक्षेप करू नये, काय अण्णाजी?

**अण्णाजी :** जशी महाराजांची आज्ञा! या मसलतीत गैर काहीच नाही!

**शिवाजी :** नव्या दमाची तरुण मंडळी पुढं सरसावली म्हणजे तुमच्या आमच्यासारख्या बुड्ढ्या माणसांनी हळूहळू कारभारातून अंग काढून घ्यायलाच प्रारंभ केला पाहिजे. काय पंत?

**मोरोपंत :** (हसून) होय महाराज! प्रत्यक्ष कारभारात उतरल्यावर युवराजांनाही अनुभव येईल!

**शिवाजी :** आणि त्यांनी कारभार खबरदारीनं केला तर तुम्हा आम्हालाही दोन धडे घेता येतील! काय हंबीर?

**हंबीरराव :** आणि रायगडचा कारभार —

**शिवाजी :** तो आमचे छोटे सरकार संभाळतील?

**राजाराम :** ऊं ऽ ऽ आम्ही नाही इथं राहणार! आम्ही दादांच्या संगं शृंगारपूरला जाणार.

**शंभूराजे :** (हसून) मग मासाहेब देतील चांगला ठोक!

**राजाराम :** ऊं ऽ ऽ बरा देतील —

**शिवाजी :** (हसून) शिवाय थाळा बंद!

**शंभूराजे :** गडाचे दरवाजेदेखील बंद!

**शिवाजी :** (हसून) मग काय जाळीत शिरून करवंदं खायला संगती दादादेखील नाहीत.

**शंभूराजे :** (चकित होऊन — ) म्हणजे आबासाहेब... राजे ऽ ऽ

**राजाराम :** आम्ही नाही सांगितलं हं! आबासाहेबांना देवीचा एकदम दृष्टान्त झाला!

**शंभूराजे :** (सगळे हसतात. त्यात सामील होत) फार लबाड झाला आहात तुम्ही, राजे!

**शिवाजी :** शंभूराजे, सूनबाईंचा विचार घ्या. आणि आता एकदम पुढच्या तजविजीला लागा.

**शंभूराजे :** जशी आपली आज्ञा, आबासाहेब! (मुजरा करतात.)

**शिवाजी :** आम्ही परत येईतो हुशारीने असा! तुमच्या कारभारावर आमचे डोळे खिळून आहेत, याद ठेवा!

[शंभूराजे राजारामाला हाती धरून बातचीत करीत निघून जातात.]

**शिवाजी :** पंत, शिक्कामोर्तबासाठी उरलेले कागद घेऊन या. अण्णाजी, आमच्या प्रयाणाची सिद्धता झाली का ते पाहा. राणीसाहेबांना आणि सूनबाईंना वर्दी द्या की, घटकाभरातच आम्ही देवीचं दर्शन घेऊन गड उतरणार!

[मोरोपंत आणि अण्णाजी मुजरा करून निघून जातात. हंबीरराव उरतात. महाराजांची प्रसन्न मुद्रा क्षणार्धात चिंतेचे ढग झाकळून विषण्ण होते.]

**हंबीरराव :** (उत्साहाने) आपल्या मुत्सद्देगिरीची शर्थ आहे, महाराज! मती कुंठित करणारा हा गुंता आपण किती शिताफीनं सोडवलात!

**शिवाजी :** (विषण्णतेने) गुंता सुटला नाही, हंबीरराव! गुंत्याला आता सुरुवात झालेय! अफजल-शाइस्तेसारख्या मातबर गनिमांच्या हल्ल्याला आम्ही आजवर कधी डरलो नाही. पण घरातली ही विषवेल आमच्या गळ्याला तात लावणारसं दिसतं!

**हंबीरराव :** (विस्मित होऊन) विषवेल! (थबकून, गोंधळून) आपल्या मुखात आजच हे नाउमेदीचे उद्‌गार काय म्हणून महाराज?

**शिवाजी :** (कमानीपाशी जात रायगडचे आसमंत न्याहाळीत) रायगडची ही वास्तू दिल खेचील इतकी सुंदर आहे, दृष्टी फिरेल इतकी भव्य आहे, हंबीर! पण आमच्याच कमनशिबानं ती शापित झाली असावीसं दिसतं. तीस वर्षांपूर्वी एका वेड्या पोरानं दऱ्याखोऱ्यातलं अवघं मावळरान जागं केलं. या, याच सह्याद्रीच्या खडकाळ भूमीवर जाग्या झालेल्या मावळ्यांनी हिमतीनं नांगर धरला! रक्त शिंपून मोती पिकवले! या काळ्याकभिन्न पहाडावरदेखील मोत्यांची भरघोस कणसं डोलू लागली. पण हयात वेचून वाढविलेल्या उभ्या मोत्यांवर डोळ्यांदेखत कीड पडायला लागली, हंबीर! आता आम्ही उमेद कशाची आणि कोणाची धरावी?

**हंबीरराव :** (भारावून) महाराज —

**शिवाजी :** (व्यथित चित्ताने) राज्याभिषेकानंतर अवघ्या बाराव्या दिवशी मासाहेब आम्हाला सोडून गेल्या. मासाहेब गेल्या आणि रायगडाची सारी कळाच गेली! आम्ही चौफेर पराक्रम करून गनिमाला जेर केलं;

सोन्यासारखे सेनानी, मुत्सद्दी मिळवले; श्रीकृपेनं हिंदवी राज्याची उभारणी केली, एक क्रोड होनांचं राज्य पैदा केलं; पण —

**हंबीरराव :** पण? पण काय महाराज?

**शिवाजी :** पण हे ऐश्वर्य संभाळणारा, त्यात हिमतीनं भर घालणारा आमच्या मागे दुसरा कोण आहे? हंबीर, दुसरा आहे कोण?

**हंबीरराव :** खरं आहे महाराज, आपल्यामागं राज्याला राजा मिळेल पण दौलतीला आकार देणारे दुसरे शिवाजीमहाराज आमच्यापाशी नाहीत!

**शिवाजी :** शिवाजीला दुसरा शिवाजी लाभला नाही, घडवता आला नाही, हे शिवाजीच्या हृदयातलं फार मोठं शल्य आहे हंबीर! (क्षणभराने सुस्काररून) श्रींची इच्छा! हंबीर, समर्थांचा दासबोध पाठवून द्यायला सांगा बरं आम्हाला! गड उतरण्यापूर्वी आमचं मन आम्हाला काबूत आणलंच पाहिजे!

[हंबीरराव मुजरा करून हलक्या पावलाने निघून जातात. महाराज कमानीपाशी खांबावर हात ठेवून पाठमोरे, दूर कोठे दृष्टी लावून उभे राहतात, तोच — ]

**[पडदा]**

## अंक दुसरा

### प्रवेश पहिला

[पहिल्या अंकातील प्रवेशात दिसला होता तोच महाल. पहिल्या अंकाच्या अखेर घडलेल्या घडामोडीनंतर सुमारे दोन वर्षांचा काळ उलटला आहे. शके १६००, इ. स. १६७८ मार्गशीर्ष, डिसेंबर १३ तारखेची सकाळ. या महालानजीकच्या महाराणींच्या अंत:पुरात काही गडबड उडाली आहे. अंत:पुरात नेणारे दार बंद आहे, पण आत चाललेली कहारी स्वरातली महाराणी सोयराबाईंची तणतण आणि महाराजांचे सौम्य स्वरातले समजावणीचे बोल अस्पष्टपणे कानावर येताहेत. तेवढ्यावरून घटनेचा बोध होत नसला तरी बोलणाऱ्या माणसांच्या वृत्तीचा शोध मात्र खचित लागतो.

उदाहरणार्थ, सोयराबाईंच्या तणातणीत पुढीलसारखे काहीसे उद्‌गार ऐकू येतात : "...लाड तुम्ही केलेत... आम्ही पडलो सावत्र... तेच सांगतो आम्ही... दुनियेला ज्यात त्यात आमचाच सावत्रपणा दिसायचा... फार चांगलं! फार चांगलं!.. पंचारतीच ओवाळायला हवी या सत्कृत्याबद्दल... लोकांनी आमच्या तोंडाला काळं फासायचं तेवढं बाकी ठेवलंय... दुनियेला आमची बडबड दिसते, पण आपली करणी... मग स्पष्ट सांगा की, शंभूराजांना बेताल वागायला आपण परवानाच दिलाय म्हणून... दुसरा कोणी एखाद्या बाईकडं वाकड्या डोळ्यांनी पाहता तर आपण हत्तीच्या पायी दिलं असतं... मग आम्ही विचारतो... न्यायीपणाचा टेंभा मिरवायला मात्र पाहिजे. पण..."

तर महाराजांच्या संत्रस्त पण संयमी मुखातून पुढीलसारखी प्रत्युत्तरे पडताना ऐकू येतात : "... तसं नव्हे; पण राणीसाहेब, आपण असा विचार करा... शोभत नाहीत असले बोल तुमच्या मुखात, राणीसाहेब... आपण कोणासमोर बोलतो, काय बोलतो... शंभूराजे तुमचे पुत्र आहेत, कोणी दुष्मन नव्हेत... हळूहळू तुमची

असली भाषा चाकरांच्या कानांवर पडली तर ते काय म्हणतील? ...बस बस फार बोललात आपण... आमच्या सहनशीलतेचा अंत बघू नका...''

अंत:पुरातली ही गडबड हळूहळू दूर जाते. ऐकू येईनाशी होते. पण ती ऐकू येत असताना बाहेर महालात मोरोपंत आणि अण्णाजी बावचळून, गांगरून 'आता आणखी काय अनर्थ घडणार?' अशी मुद्रा करून उभे आहेत. मधेच दाराशी जाऊन कान देऊन ऐकताहेत, हळूहळू परस्परांशी कुजबुजताहेत आणि दिङ्मूढ होऊन सुचेल तो चाळा करीत येरझारा घालताहेत. इतक्यात हंबीरराव आणि राजाराम दिलखुलासपणे बोलत बाहेरून प्रवेशतात. अंत:पुरातील तणतण कानी पडून दोघेही थबकतात. चकित होतात आणि — ]

**मोरोपंत :** ऐन वख्तावर देव पावल्यागत आलात, हंबीरराव!

**हंबीरराव :** काय प्रकार आहे, पंत?

**राजाराम :** मासाहेब कोणावर तरी गरम झालेल्या दिसतात!

**अण्णाजी :** अंत:पुरात महाराज आले आहेत.

**मोरोपंत :** प्रकार म्हणजे — (राजारामासमोर बोलावे की न बोलावे या संभ्रमाने घुटमळतात.)

**हंबीरराव :** (ते घुटमळणे हेरून) छोटे राजे, सकाळची जोरजोडी तुम्ही अजून केली नाहीत?

**रामाराम :** (गालांत हसून) त्या परीस आम्हाला इथं थांबू नका म्हणून सांगा ना, मामासाहेब!

**अण्णाजी :** छोटे राजे फार धोरणी आहेत, हंबीरराव!

**हंबीरराव :** तसं नव्हे राजे, मोठ्या माणसांच्या मनसुब्यात लक्ष घालण्याइतकी तुमची उमर झाली नाही अद्याप. पुढं तेच खेळ खेळायचे आहेत. आधी शरीर कमवा आणि —

**राजाराम :** (नाराजीने) ठीक ठीकह्र आम्ही थांबत नाही इथं. पण मामासाहेब, तुम्ही आम्हाला दूर राखलंत तरी मोठ्या माणसांचे मामले आम्हाला समजतात, याची याद ठेवा आपण.

**हंबीरराव :** असा घुस्सा करू नका, राजे —

**राजाराम :** (थबकून, वाईट वाटून) कधी कधी असं वाटतं मामासाहेब की, टकमक टोकावरून उडी घ्यावी आणि —

**हंबीरराव :** राजे —

**राजाराम :** म्हणजे गडावरली रोजची ही तणतण तरी थांबेल!

**मोरोपंत :** हे शहाणपण आपल्याला कोणी शिकवलं, राजे?

**अण्णाजी :** शंभूराजांशिवाय दुसरा कोण गुरू भेटणार आहे राजांना!

**राजाराम :** (रागाने) कशावरून कयास बांधलात, अण्णाजीपंत हा आपण? उगीच दादांचं नाव घेऊ नका आपण. दादांना भेटाय-बोलायची तुम्ही मासाहेबांना सांगून आम्हाला बंदी केलीत ती केलीत आणि —

**हंबीरराव :** (दटावून) राजे, राजे जबान सांभाळून बोला!

**अण्णाजी :** राजे, तुम्ही अजून लहान आहात!

**राजाराम :** (उसळून) पण आम्ही मोठे होईपर्यंत तुम्हाला धीर कुठाय? दौलतीचा निवाडा उरकून टाकायची तुम्हालाच घाई झालीय!

**हंबीरराव :** (दटावीत) राजे, वडील माणसांशी बोलताना अशी उलट भाषा? अगोदर अण्णाजींची माफी मागा आपण!

**राजाराम :** (गोरामोरा होत) गैर बोललो आम्ही? उलट भाषा केली? अण्णाजी, पंत, आम्ही तुमची माफी मागतो.

**अण्णाजी :** तुमचा दिल महाराजांपरीस मोठा आहे. माफी मागायची काही गरज नाही, राजे.

**राजाराम :** आबासाहेबांना फार फार कष्टी करतात मासाहेब. पण आम्ही किती सांगितलं तरी त्या ऐकतच नाहीत. मामासाहेब, तुम्ही वडीलपणानं मासाहेबांना आमच्या मनाची एक बात पटवून द्याल का?

**हंबीरराव :** कोणती बात, राजे?

**राजाराम :** मासाहेबांना सांगा की, रामराजांना गादी नको. दौलतीचा वाटादेखील नको.

**हंबीरराव :** (थक्क होत) राजे!

**राजाराम :** दादांच्या चाकरीलादेखील आम्ही राजी आहोत! (पाठ वळवून निघून जातो.)

**हंबीरराव :** (विस्मयाने पाहत) या वयात एवढी समजूत!

**अण्णाजी :** युवराजपदावर रामराजेच शोभतील असं आम्ही म्हणतो ते उगाच नाही, सरनोबत.

**हंबीरराव :** त्याची तुम्हा आम्हाला चिंता करायचं कारण नाही, अण्णाजी! पंत, गडावर शंभूराजे आले असं ऐकलं आम्ही!

**मोरोपंत :** होय, राजे काल आले. तीन वेळा महाराजांच्या भेटीसाठी येऊन गेले.

**हंबीरराव :** मग भेट झाली?

**मोरोपंत :** महाराजांनी दारातूनच परतवलं राजांना!

**हंबीरराव :** का?

**अण्णाजी :** राजांचं मुखावलोकनही करायचं नाही म्हणतात महाराज.

**हंबीरराव :** छे, छे, ही चूक घडते आहे महाराजांची.

**अण्णाजी :** त्यात चूक कसली आलीय? शंभूराजांच्या बेताल वागण्यानं महाराजांवरदेखील केवढा ठपका आला आज!

**हंबीरराव :** पण नक्की प्रकार काय घडला त्याची कोणाला पुरी खबर आहे का?

**अण्णाजी :** आम्हाला खबर आहे, आम्ही सांगतो. शितळागौरीच्या हळदी-कुंकवासाठी गडावर बायका आल्या त्या वेळी राजांनी तिला पाहिली आणि संधी साधून जबरीनं महालात ओढून नेली.

**हंबीरराव :** तुम्ही जातीनं पाहिलंत?

**अण्णाजी :** नाही, आम्ही नाही पाहिलं. पण राणीसाहेब—

**हंबीरराव :** राणीसाहेबांनी तरी पाहिलं?

**अण्णाजी :** नाही, पण त्यांच्या एका दासीनं त्यांना सांगितलं असं—

**मोरोपंत :** त्या भाकडकथेत काही तथ्य नाही, अण्णाजी. या प्रकरणात काही जबरदस्तीचा भाग असेल असं आम्हाला वाटत नाही. राजांचे आणि तिचे लागेबांधे कैक दिवसांपासून जुळल्याचं आम्ही बघतो आहोत. म्हणजे ऐकतो आहोत. अहो काय सांगावं हंबीरराव, चांगली कुलवंताची लेक, तिला भेटायला राजे रात्री-अपरात्री रायगडवाडीकडे वरचेवर दौडत असत हे—

**हंबीरराव :** तुम्ही पाहिलंत?

**मोरोपंत :** छे भलतंच! आम्ही कोठून पाहणार? पण बाळाजीपंत—

**हंबीरराव :** बाळाजीपंतांनी तरी खुद्द स्वत: पाहिलं का?

**मोरोपंत :** स्वत: नाही पाहिलं, पण बाळाजीपंताचे शालक आले होते परवा ते—

**हंबीरराव :** कर्नाटकच्या मोहिमेवरून परतल्या दिवसापासून आम्ही इतकी चौकशी करतो आहोत, पण खुद्द स्वत: डोळ्यानं पाहून छातीठोकपणानं सांगणारा कोणीच भेटत नाही! सगळेच ऐकीव गप्पांचे मालिक!

**अण्णाजी :** पण हंबीरराव, त्या पोरीनं स्वत:ला जाळून घेतलं हे तर खरं ना?

**हंबीरराव :** हे पाहा अण्णाजी, ती सती गेली एवढ्यावरून शंभूराजे गुन्हेगार आहेत, हे शाबीत होत नाही!

**अण्णाजी :** पण शंभूराजांचा या प्रकरणी काही तरी संबंध आहे, एवढं तरी तुम्ही मानता की नाही?

**मोरोपंत :** खरं काय घडलं ते एक शंभूराजे आणि ईश्वरच जाणे!

**हंबीरराव :** दोन वर्षांपूर्वी कर्नाटकच्या मोहिमेसाठी आम्ही निघालो, त्या वेळी महाराजांनी केवढ्या आशेनं शंभूराजांकडे प्रभावळीचा सुभा सोपविला होता!

**अण्णाजी :** आम्ही बोलू नये, पण तिथंच महाराजांचं चुकलं!

**हंबीरराव :** त्याचा निवाडा तुम्हा आम्हा सेवकांना करण्याची गरज नाही, अण्णाजी! पण राणीसाहेबांना एवढं घुश्श्यात यायचं काय कारण?

**मोरोपंत :** शंभूराजांना शासन झालं पाहिजे म्हणून त्या हट्ट धरून बसल्या आहेत.

**अण्णाजी :** बरोबरच आहे राणीसाहेबांचं! असल्याच गुन्ह्यासाठी तुम्ही आजवर लोकांचे हात पाय तोडलेत, मग—

[तोच अंत:पुराचे दार उघडून शिवाजीमहाराज आणि पाठापाठे सोयराबाई त्वेषाने प्रवेशतात.]

**सोयराबाई :** खुशाल! खुशाल साक्षीपुरावा करावा आणि गुन्हा शाबीत झाला तर मग मात्र माघार घेऊ नये आपण!

**शिवाजी :** (वैतागाने) बस् बस् बस्! आपण फार फार बोललात, राणीसाहेब! जरा गप्प बसता, कमी बोलता, तर आम्हाला हा गुंता नीट उलगडता आला असता!

**सोयराबाई :** (फणकाऱ्याने) का म्हणून गप्प बसायचं? आमचाही संबंध आहे. आम्हालाही अधिकार आहे.

**शिवाजी :** पण तुमचा अधिकार कोणी हिरावून घेतलाय, राणीसाहेब? आम्ही सांगतो आहोत की तुमचा आरोप खरा ठरला तर आम्ही आमच्या हातानं शंभूराजांना शासन करू. म्हणाल तर टकमक टोकावरून राजांना कडेलोटाची सजा फर्मावू. बस्, यातच खुशी आहे ना तुमची? पंत, शंभूराजांना बोलावून घ्या.

**मोरोपंत :** जशी आज्ञा महाराज! (जाऊ लागतात तोच— )

**सोयराबाई :** थांबा! नुसत्या शंभूराजांना नव्हे. सूनबाईंनादेखील येऊ द्या इथं. फार नाकानं कांदे सोलत होत्या त्या—

**शिवाजी :** म्हणून त्यांचा पाणउतारा करणार आहात आपण?

**सोयराबाई :** पाणउतारा आम्ही कशाला करायला हवा? दुनियेनंच पंचारती

धरलीय त्यांच्या माणसापुढं! आमचं म्हणणं आहे की सूनबाईंनादेखील जाब विचारायला हवा आपण!

**शिवाजी :** पुत्राच्या दुर्वर्तनाचा जाब सुनेला विचारायचा? मोठा अजब मनसुबा सांगता! सूनबाईंना असा जाब विचारताना आमची मान शरमेनं खाली जाईल. ती गोष्ट होणे नाही. पंत, फक्त शंभूराजांना बोलावून घ्या.

[मोरोपंत मुजरा करून जातात. महाराज नेहमीच्या सवयीप्रमाणे कमानीपाशी जाऊन खांबावर हात ठेवून दूरवर पाहत पाठमोरे उभे राहतात! क्षणभर बोचक शांतता. मग — ]

**शिवाजी :** हंबीर —

**हंबीरराव :** जी महाराज —

**शिवाजी :** राजांच्या दुर्वर्तनाची खबर तुम्हाला केव्हा मिळाली?

**हंबीरराव :** कर्नाटकच्या मोहिमेवरून आपण परतत होतो तेव्हाच, महाराज.

**शिवाजी :** मग आमच्या कानावर घालण्यात तुम्ही कसूर का केलीत?

**हंबीरराव :** कसूर घडली नाही, महाराज. राजांच्या वर्तनाबद्दल तरतऱ्हेच्या वावड्या उडविलेल्या आम्ही पाहत होतो. पण निश्चित शाबिती कशाचीच होत नव्हती.

**शिवाजी :** (विचारमग्न होत) हूं! आमच्याही पुढं तोच प्रश्न आहे. निश्चित शाबिती नाही, खात्रीलायक पुरावा नाही.

**सोयराबाई :** (चिडून) पुरावा! पुरावा! पुरावा! आमच्या शब्दावर आपण इतका गैरविश्वास दाखवाल अशी अटकळ असती तर आम्ही —

**शिवाजी :** (संतापाने ताडकन वळून) राणीसाहेब, राणीसाहेब, एका उमद्या पोराची जान खतऱ्यात आहे आणि तुम्ही आपल्या शब्दाची मिजास आम्हाला सांगता? (क्षणार्धात राग आवरून कष्टी मनाने) कोणावर, कशाकशावर विश्वास ठेवायचा आम्ही! आपण म्हणताहात शितळागौरीच्या हळदीकुंकवासाठी गडावर बायका आल्या त्या वेळी पाळत ठेवून राजांनी त्या पोरीला महालात जबरीनं पळवून नेली; जनार्दनपंत बेलभंडार उचलून ग्वाही देतात की, राजांनी तिला पळवून नेली असली तरी तिच्या अंगाला हात लावला नाही की वावगा प्रकार केला नाही. हे पंत आणि बाळाजी आवजी सांगतात की, राजांनी कैक दिवसांपासून तिच्याशी संधान जुळवलं होतं. तिच्या भेटीगाठीसाठी राजे रायगडवाडीपर्यंत रात्री-अपरात्री दौडत होते; कोणी असं तर कोणी तसं. प्रत्यक्ष कोणी पाहिलं नाही; वेळीच कोणी

चौकशी केली नाही; ती पोर तशी गेली आणि आम्ही उभे जळतो आहोत आज बेइज्जतीच्या निखाऱ्यावर!

**सोयराबाई :** पण मुळात 'काहीतरी' घडलं असल्याशिवाय उगाच बऱ्या अशा वार्तेच्या वावड्या उडतील?

**अण्णाजी :** आणि एकमुखानं लोक शंभूराजांचंच नाव घेतात, दुसऱ्या कोणाला या तोहमतीत गोवत नाहीत. आमच्या हयातीत इतर कोणाबद्दल अशी दुर्वार्ता पसरलेली आम्ही नाही कधी ऐकली.

**हंबीरराव :** चुकताहात, अण्णाजी आपण. दुर्वार्ता कोणाबद्दलही उठतात आणि पसरतात. घरीदारी हितशत्रू माजले की एखाद्या संतसज्जनाचीदेखील बेइज्जती व्हायला वेळ नाही लागत.

**शिवाजी :** पण हंबीर, राजांच्याभोवती घरीदारी तरी हितशत्रू का माजावेत? हे वैर, हा कडूपणा का? इतका वाकुडेपणा कशापाई?

**सोयराबाई :** जन्मभर नुसता काथ्याकूटच घालीत बसणार आपण. स्वभावच मुळी संशयी. कोणाच्या शब्दावर म्हणून कधी विश्वास ठेवायचा नाही. मग —

**शिवाजी :** (भडकून) राणीसाहेब, एकदा बोललात ते बोललात, पुन्हा असला आरोप आम्ही कदापि सहन करणार नाही. आमचा स्वभाव संशयी नाही! कोणावरही आम्ही आजवर कधी गैरविश्वास दाखविला नाही. आम्हाला तशी सवय नाही. मासाहेबांची आम्हाला तशी शिकवण नाही. (क्षणार्ध थबकून चिंतनशील होत) बगलेत आमची मुंडी मुरगाळून समशेर चालवीतो खानावर आम्ही विश्वासच ठेवला होता. आग्र्याला आमच्या मकाणाभोवती पहारे उभे करीतो खुद्द आलमगिराशीदेखील आम्ही एक दिलानंच वागलो होतो. माणसं इमान सोडतात, विश्वासघात करतात, तेव्हा आम्हालाही मुठीतून वाघनखं काढावी लागतात. (व्याकुळचित्त होत) हंबीर, या — याच हातानं आम्ही अफजल्यावर वाघनखं चालवली आणि आमची जान बचावली. कशासाठी? राजांचे हे उद्योग डोळा पडायचे होते म्हणून? राणीसाहेबांचे हे असले बोल आज ऐकायचे होते म्हणून?

**हंबीरराव :** (भारावून) महाराज —

**शिवाजी :** (प्रक्षोभ अनावर होऊन) आम्ही कोणाचे तरी तळतळाट भोगतो आहोत, हंबीर. पोटचा पोर आज आमच्या पोटावर वाघनखं चालवतो आहे!

[प्रक्षोभ अनावर होतो आणि महाराज पाठ फिरवतात आणि मान घाली घालतात. तोच मोरोपंत आणि शंभूराजे प्रवेशतात. मुजरा करून उभे राहतात.

क्षणभर सुंद वातावरण. मग हंबीरराव हळूच पुढे होत म्हणतात — ]

**हंबीरराव :** महाराज, शंभूराजे आले आहेत.

**शिवाजी :** (स्वतःला सावरीत पण मागे वळून न बघता) राजे —

**शंभूराजे :** जी आबासाहेब —

**शिवाजी :** शृंगारपुराहून परतून तुम्हाला दोन दिवस झाले.

**शंभूराजे :** जी हां, आबासाहेब. आपल्या दर्शनासाठी आम्ही तीन वेळा येऊन गेलो, पण —

**शिवाजी :** पण आम्ही आपली भेट घेतली नाही.

**शंभूराजे :** जी आबासाहेब!

**शिवाजी :** आम्ही तुमची भेट घेण्याचं का नाकारलं ते ठाऊक आहे तुम्हाला, राजे?

[शंभूराजे गप्प राहतात. क्षणार्धाने महाराज पुन्हा म्हणतात — ]

राजे, एक सवाल पुसतो, हुशारीने जबाब द्या. पतिव्रतेची वा कुमारिकेची बेइज्जती करणाऱ्या गुन्हेगाराला कोणती सजा सुनवावी आम्ही?

**शंभूराजे :** गुन्हा शाबीत झाला तर त्याला एकच सजा आहे, आबासाहेब — मौत! कडेलोट!

**शिवाजी :** आणि गुन्हेगार मातबर असला तर?

**शंभूराजे :** इन्साफ गुन्ह्याकडे पाहतो, माणसाकडे नव्हे, असा आपणच दंडक घालून दिला आहे, आबासाहेब!

**शिवाजी :** (ताडकन शंभूराजांकडे तोंड वळवीत) तर मग शंभूराजे, तुमच्या वर्तनाचा जाब मागतो आहोत आम्ही! तुमच्या वर्तनाबद्दल फिर्याद दाखल झाली आहे आमच्या दरबारी!

**शंभूराजे :** दरबारात या फिर्यादीची सुनावणी करायला आमची बिलकूल हरकत नाही, आबासाहेब!

**शिवाजी :** ती गोष्ट तर आता अटळच आहे. पण तुम्ही आमचे पुत्र म्हणून आम्ही तुम्हाला पित्याच्या नात्यानं खुलासा मागतो आहोत.

**शंभूराजे :** आबासाहेब, हा खुलासा देण्यासाठीच कालपासून तीन वेळा आम्ही आपल्याकडे येऊन गेलो. पण आपण मात्र आम्हाला दरवाजा बंद केलात!

**शिवाजी :** आमच्या अंतःकरणाची व्यथा तुम्हाला इतक्यात नाही कळायची राजे. तुम्ही बाप झालात आणि जाणत्या झालेल्या पुत्राच्या दुर्वर्तनाचा खुलासा मागण्याची तुमच्यावर पाळी आली, तरच आमच्या हृदयातलं शल्य तुम्ही उमगाल!

**शंभूराजे :** तसा प्रसंग दुर्दैवानं कधी ओढवलाच, तरीदेखील भेटीसाठी आलेल्या जाणत्या पुत्राला दारातून आम्ही कधीच पिटाळून लावणार नाही.

**शिवाजी :** आम्ही काय करावं अशी अपेक्षा होती, राजे?

**शंभूराजे :** आम्ही आपण होऊन रायगडावर हजर झालो, आपण हुकूम करण्यापूर्वी खुलासा देण्यासाठी आम्ही जातीनं आपल्या दाराशी आलो, यावरून कमीतकमी आम्ही नादान, भ्याड नाही, एवढी तरी आपली खातरजमा व्हायला हरकत नव्हती.

**शिवाजी :** ती खात्री होती म्हणूनच राजे, अद्याप उभारी धरून आम्ही उभे आहोत, अजून आमची मान ताठ आहे. राजे, आम्हाला तुमचा खुलासा हवाय.

**शंभूराजे :** सजेची आम्हाला तमा नाही. पर्वा आहे आम्हाला आमच्या इज्जतीची. जे काय घडलं त्याची सरळ सरळ कैफियत सादर करण्यासाठीच आम्ही आपल्यापुढं उभे आहोत. पण आबासाहेब, आमचा खुलासा ऐकण्यापूर्वी आपण आमचा एक अर्ज मंजूर केला पाहिजे.

**शिवाजी :** अर्ज? कोणता अर्ज?

**शंभूराजे :** आमची कैफियत आम्ही केवळ आपल्या पायांपाशीच सादर करणार आहोत. इतर कोणाचा त्याच्याशी संबंध नाही.

**शिवाजी :** (विस्मयाने) मतलब?

**शंभूराजे :** मासाहेबांना आणि दरबारातील या मानकऱ्यांना, आबासाहेब, आपण इथून जाण्याची अनुज्ञा द्यावी.

**शिवाजी :** ते का म्हणून?

**शंभूराजे :** आबासाहेब, आमच्या चारित्र्याचा न्यायनिवाडा करण्याचा अधिकार फक्त आपला आहे.

**शिवाजी :** छत्रपती म्हणून?

**शंभूराजे :** नव्हे, आमचे जन्मदाते वडील म्हणून!

**शिवाजी :** हे हंबीरराव, हे पंत, हे अण्णाजी यांनी तुम्हाला कडेखांद्यावर खेळवलं. यांना तुम्ही परके लेखता, राजे?

**शंभूराजे :** ज्यांनी आम्हाला कडेखांद्यावर खेळवलं तेच आज अमाचा कडेलोट करायला टपले आहेत.

**शिवाजी :** त्यांनी तुमच्याशी अशी दुष्मनी करावी याचं कारण काय, राजे?

**शंभूराजे :** आमच्यापेक्षा हा सवाल आपण त्यांनाच पुसणं योग्य होईल, आबासाहेब!

**शिवाजी :** आणि तुमच्या मासाहेब? या तर घरच्याच आहेत?

**शंभूराजे :** आमच्या नव्हे! रामराजांच्या मासाहेब!

**शिवाजी :** (रागाने) राजे —

**शंभूराजे :** क्षमा करा, आबासाहेब! मासाहेबांच्याबद्दल फार संयमानं बोललो आम्ही!

**शिवाजी :** राजे, तुमचा अर्ज आम्हाला नामंजूर आहे. तुमच्यावर आरोप जाहीर रीतीनं झाले आहेत. त्यांचा खुलासादेखील सर्वांच्या समक्षच उघडपणे व्हायला हवा.

**शंभूराजे :** पण आबासाहेब —

**शिवाजी :** राणीसाहेबांचा आणि कारभाऱ्यांचा असा उपमर्द घडणं तुम्हालाही परिणामी योग्य होणार नाही. राजे, तुम्ही युवराज आहात याची भूल पडू देऊ नका.

**शंभूराजे :** याचा अर्थ केवळ छत्रपती म्हणूनच आपण आम्हाला खुलासा मागताहात? आपल्या हिशेबी आपण आम्हाला केवळ युवराज म्हणून लेखता आहात?

**शिवाजी :** छत्रपती म्हणून? राजे, छत्रपतींना छत्रपतिपदाशिवाय दुसरा प्रपंच नाही, दुसरी जिंदगी नाही.

**शंभूराजे :** तर मग आमची फार मोठी फसगत झाली!

**शिवाजी :** फसगत? फसगत कसली, राजे?

**शंभूराजे :** आम्ही फार वेगळ्या आशेनं आपल्या पायाशी आलो होतो. आमची अटकळ होती की, अलम् दुनियेनं आमच्याविरुद्ध आकाशपाताळ एक केलं तरी आपण आम्हाला पोटाशी घ्याल; पहाडासारखे पाठीशी उभे राहाल; प्रसंगी आमचा कान पकडून आम्हाला पुसाल, "शंभू, शंभूबाळ, बेटा, कसला प्रसंग ओढवून घेतला आहेस तू आपल्यावर!"

**शिवाजी :** (व्यथित होऊन) राजे —

**शंभूराजे :** थोरल्या मासाहेब आज असत्या तर त्यांनी हेच केलं असतं. आम्हाला त्यांची याद येते, आबासाहेब!

**शिवाजी :** राजे राजे —

**शंभूराजे :** आपण ज्या दिवशी छत्रपती झालात त्याच दिवशी आम्ही पोरके झालो, आबासाहेब!

**शिवाजी :** राजे राजे, तुमच्याच हिताच्या दृष्टीनं बोलतो आहोत आम्ही!

**शंभूराजे :** महाराज, आपण द्याल ती सजा भोगण्यास आम्ही सिद्ध आहोत! (मुजरा करून ताडकन पाठ वळवून निघून जातो.)

**शिवाजी :** राजे राजे... कशी समजूत घालावी या वेड्या पोराची?

**मोरोपंत :** राजांनी असा प्रकार केला नसता तर बरे होते.

**अण्णाजी :** हे सगळं पाहिल्यावर शंभूराजे युवराजपदावर राहण्यात दौलतीला धोका आहे असा दावा प्रधानांनी मांडला तर त्यात गैर काय आहे?

[महाराज दिङ्मूढ होऊन कपाळाला हात लावून बसतात.]

**सोयराबाई :** आता फक्त शंभूराजांच्या पायांवर लोटांगण घालायचंच बाकी उरलंय. तेवढं करावं एकदा म्हणजे —

**हंबीरराव :** (करारी स्वरात) ताई, आता आपण इथून जाल तर फार बरं होईल.

**सोयराबाई :** (फणकाऱ्याने) जाते. माहेरचीच माणसं अशी उलटून आमच्यावर फणा काढायला लागली, आता इथं थांबण्यात तरी शोभा उरलीय कोणाची?

[सोयराबाई त्वेषाने निघून जाते. मग हंबीरराव, प्राप्त परिस्थितीत अण्णाजी आणि मोरोपंत यांनाही निघून जाण्याविषयी खुणावतात. ते दोघे मुजरा करून निघून जातात. महाराज सचिंत बसले आहेत. क्षणार्धाने — ]

**शिवाजी :** हंबीर —

**हंबीरराव :** जी महाराज —

**शिवाजी :** आमच्याच शब्दांना विषार चिकटला आहे की हा पोरगा कुठं भलतीकडंच दुखावला गेलाय आम्हाला समजत नाही.

**हंबीरराव :** राजे आपल्या भेटीसाठी आले त्या वेळी आपण त्यांना परतून लावलं नसतं तर बरं होतं, महाराज!

**शिवाजी :** होय, आम्हालाही आता तसंच वाटतं. आमच्या मनाचा तोल आम्ही सहसा जाऊ देत नाही. पण ज्या प्रकारची तिडीक बालपणापासून आमच्या मस्तकात भिनली आहे, तो प्रकार पोटच्या पोरानं करावा? छे छे, हंबीर, नुसत्या कल्पनेनंदेखील आमच्या अंगाची आग आग होते.

**हंबीरराव :** आरोप आला म्हणून गुन्हा शाबीत झाला असं नव्हे, महाराज.

**शिवाजी :** होय. म्हणूनच राजांशी आम्ही तोल राखून बोललो; संयमानं बोललो.

**हंबीरराव :** आपल्या बोलण्यात तसं विपरीत काही नव्हतं, महाराज.

**शिवाजी :** पण राजांनी ते विपरीत घेतलं हे तर खरं?

**हंबीरराव :** होय महाराज, पण —

**शिवाजी :** (येरझारा घालीत) राजे आम्हाला दुरावले. त्यांच्या मनातली घालमेल

आम्हांला समजेनाशी झाली. आमची भाषा राजांना उमजेनाशी झाली. जखम कुठंतरी फार खोलवर चरत गेलेली दिसते, हंबीर! (हताशपणे बसतात.)

**हंबीरराव :** महाराज, आम्हाला वाटतं या प्रकरणाची सगळीच शहानिशा तूर्तास आपण पुढं ढकलावी.

**शिवाजी :** आणि काय करावं?

**हंबीरराव :** राजांना काही दिवस सज्जनगडावर समर्थांच्या सहवासात पाठवावं. सर्वांचेच दिल साफ झाले म्हणजे फुरसदीनं या प्रकरणाचा निकाल लावणं सोपं जाईल.

**शिवाजी :** हूं! (विचारमग्न होत) हंबीर —

**हंबीरराव :** जी महाराज —

**शिवाजी :** राजे मघा, आपण पोरके झालो असं म्हणाले, नाही?

**हंबीरराव :** जी महाराज —

**शिवाजी :** थोरल्या मासाहेब आज असत्या तर त्यांनी आपल्याला पोटाशी घेतलं असतं, असं राजे बोलले, होय ना?

**हंबीरराव :** होय, असं म्हणाले खरे. पण —

**शिवाजी :** मतलब ध्यानी आला तुमच्या? (हंबीरराव गप्प राहतात. मग महाराज पुन्हा उठून पाठीवर हात घेऊन येरझारा घालीत) हंबीर, आमच्या लहानपणी थोरल्या महाराजांची माया आम्हाला कधीच लाभली नाही.

**हंबीरराव :** असं ऐकलं होतं आम्ही, महाराज!

**शिवाजी :** पण मासाहेबांनी आम्हाला महाराजांच्या मायेची जाणीव कधीच भासू दिली नाही. त्याच आम्हाला आई होत्या आणि त्याच आम्हाला वडीलही होत्या! (क्षणभराने) शंभूराजांची आई वारली तेव्हा राजे अवघे दोन वर्षांचेदेखील नव्हते!

**हंबीरराव :** पण थोरल्या मासाहेबांचा राजांना लळा होता. आणि —

**शिवाजी :** (थबकून) पण मासाहेब आम्हाला नेहमी बजावीत असत, ''एका आईची उणीव दुसरी आई उभी करून भागत नाही. बापालाच आईची जागा भरून काढावी लागते.'' राजांच्या पाठीवरून पित्याच्या ममतेचा आमचा हात कधी फिरला नाही! आईची माया आम्हाला त्यांना कधी देता आली नाही.

**हंबीरराव :** राजकारणातल्या उलाढालीत आपल्याला फुरसद होती कुठं, महाराज?

**शिवाजी :** म्हणूनच आमच्याकडून ही कसूर घडली. पण नियतीला ही कसूर मंजूर नाही. त्याचं प्रायश्चित्त आम्हाला भोगलंच पाहिजे.

**हंबीरराव :** महाराज —

**शिवाजी :** (थबकून, निश्चयाने) तुमचा सल्ला रास्त आहे, हंबीरराव. राजांना सांगा, आमचा पुन्हा हुकूम होईतो तुम्ही परळीला जाऊन राहा. समर्थांच्या सेवेत रुजू व्हा!

**हंबीरराव :** (मुजरा करीत) आज्ञा महाराज —

**शिवाजी :** आणि सूनबाईंना सांगा — (थबकतात.) नको, जा तुम्ही. कसूर आमची घडली असता उपायही आम्हालाच शोधला पाहिजे. राजे आम्हाला दुरावले असले तरी सूनबाई शहाण्या आहेत. त्या आमचं मन जाणतात. आता त्याच आमचा एक आधार.

[हंबीरराव जातात. क्षणार्ध महाराज विचारमग्न होऊन दूरवर पाहत राहतात. मग जड पावलाने हलकेच आत कोठेतरी निघून जातात.]

**[पडदा]**

## अंक दुसरा

## प्रवेश दुसरा

[तोच प्रासाद. तोच दिवस. मध्यंतरी काही प्रहर लोटले आहेत. माध्यान्हीची उन्हे किंचित मावळतीकडे झुकली आहेत. शंभूराजे घुश्शातच कोठे दूरगावी जाण्याच्या इराद्याने प्रवेशतात. पाठोपाठ येसूबाई त्यांची समजूत घालीत येतात — ]

**येसूबाई :** पण आम्ही काय सांगतो ते ऐकून तरी घ्यावं आपण जरा —

**शंभूराजे :** बस् झालं! ऐकलं तेवढं खूप झालं. तुमच्या मोहात आम्ही गुंतून पडलो हेच आमचं चुकलं.

**येसूबाई :** पण आपल्या हिताहिताची कदर आम्हाला आहे याची तरी आपल्याला खातरी आहे ना?

**शंभूराजे :** आम्हाला कशाचीच — कोणाचीच खातरी उरली नाही.

**येसूबाई :** सौभाग्याच्या गाठीनं आमचं नशीब तुमच्या पायाशी बांधलं आहे, याची याद आपण विसरलात, तरी आम्हाला विसरता येत नाही.

**शंभूराजे :** ती याद जागती असती तर निमूटपणे आमची आज्ञा मानून आमच्यासंगं आपण गडाबाहेर पडला असतात.

**येसूबाई :** पण —

**शंभूराजे :** निदान असा भलताच बदसल्ला आपण खात्रीनं दिला नसता.

**येसूबाई :** बदसल्ला कोणता दिला? मासाहेबांनी आणलेला महाराजांचा निरोप आम्ही आपल्या कानांवर घातला.

**शंभूराजे :** नुसता निरोप घालून थांबला नाहीत. परळीला जाऊन समर्थांच्या सेवेत आपण उभयतांनी राहावं अशी तुमचीदेखील इच्छा होती.

**येसूबाई :** आपण आम्हाला डोहाळे पुसलेत म्हणून खुल्या दिलानं बोललो
आम्ही. त्यात गैर काय घडलं?

**शंभूराजे :** गैर हेच घडलं की, आबासाहेबांनी आम्हाला सजा पुकारली आणि
आम्ही कदाचित त्यांच्या आज्ञेला जुमानणार नाही म्हणून आपण त्यावर अशा
तिढ्या मार्गानं शिक्कामोर्तब केलंत.

**येसूबाई :** हा आपला निव्वळ गैरसमज आहे. सज्जनगडावर जाण्याविषयी यापूर्वी
कैक वेळा आम्ही आपल्याजवळ हट्ट धरला नव्हता का?

**शंभूराजे :** आमच्यावर असं आकाश फाटलं असताना आपला हट्ट पुरविण्याची
ही वेळ नव्हे, हे निदान तुम्हाला तरी उमगायला हवं होतं.

**येसूबाई :** आकाश फाटलं... सजा पुकारली — काय बोलताहात आपण
हे? समर्थांची सेवा म्हणजे सजा आहे का?

**शंभूराजे :** (उपरोधाने) छे छे! मोठा सन्मान आहे हा आमचा. थांबलात का?
जा, आमच्यासाठी एक भगवी छाटी आणा, खांद्यावर झोळी अडकवा आणि
हातांत चिपळ्या आणि गळ्यात तंबोरी द्या ठेवून. मनाचे श्लोक म्हणत
दारोदार हिंडतो आम्ही जोगवा मागत!

**येसूबाई :** संतसमागमाबद्दल इतका तिटकारा बरा नव्हे बरं!

**शंभूराजे :** (उसळून) त्याची महती तुम्ही आम्हाला सांगायची गरज नाही. पण
तुमच्या ध्यानात अद्यापि येत नाही की, हा आटापिटा संतसमागमासाठी
चाललेला नाही. ही सजा आहे सजा! धडधडीत आमचा हा पाणउतारा
आहे. अष्टप्रधानांची आणि सरकारकुनांची ही आमच्यावर प्यादेमात आहे.

**येसूबाई :** आमच्या सवालाचं हे उत्तर नव्हे. महाराजांना सजाच पुकारायची असती
तर आपल्याला सज्जनगडाकडे जायला त्यांनी आज्ञा दिली असती का?

**शंभूराजे :** आम्हाला टकमक टोकावर नेऊन त्यांनी उभं केलं असतं, तरी तो
कडेलोट आम्ही खुशीनं पत्करला असता. पण त्यांची तेवढी हिंमतच नव्हती.
(प्रक्षोभाने) तुम्हाला भूल पडली, पण आमच्या जुन्या जखमा अद्याप
भळभळा वाहताहेत इथं! महाराजांच्या गैरहजेरीत रायगडाच्या मुखत्यारीवर
आमचा जन्मसिद्ध हक्क. पण अष्टप्रधान कानाशी लागले आणि महाराजांनी
आमचा हक्क उधळून लावला. आमच्या गळ्यात अडकवली प्रभावळीची
सुभेदारी. आपल्या शब्दाखातर आम्ही ती पत्करली.

**येसूबाई :** पण त्यापायी —

**शंभूराजे :** आता मासाहेबांनी कान फुंकताच सुभेदारी काढून घेऊन तुम्हाला

सज्जनगडावर जायचा आदेश देतात. तुम्ही मान डोलावली म्हणून आम्ही असल्या बेइज्जतीपुढं मस्तक तुकवायचं की काय?

**येसूबाई :** त्या विषयाबाबत पुन्हा बोलायचं नाही असं आम्ही ठरवलं तरी आपण आम्हाला भाग पाडता.

**शंभूराजे :** पण युवराज्ञी —

**येसूबाई :** खुल्या दिलानं घडलेला सगळा प्रकार सांगण्यासाठी आपण प्रथम आमच्याकडं धावलात; पृथ्वीमोलाएवढ्या विश्वासाचं धन आम्हाला दिलंत! आम्ही धन्य झालो. पण असा विचार मनात आणावा की लोकांच्या दृष्टीनं बेइज्जतीसारखी थोडी तरी आगळीक आपल्याकडून घडली नाही का?

**शंभूराजे :** (कडाडून) नाही! नाही! नाही! आगळीक बिलकुल घडली नाही. जे केलं, जे घडलं त्याची जिम्मेदारी आम्ही कधीच झिडकारली नाही. प्रसंग येता तर छातीचा कोट करून आम्ही अलम् दुनियेचे वार झेलले असते आणि तिला आमच्या मायेची ऊबच दिली असती. थोडी धिटाई दाखवून ती नुसता हात पुढं करती तरीदेखील तो हात हाती घेण्यासाठी आम्ही आभाळाशीदेखील टक्कर घेतली असती. (व्यथित होत) पण आम्ही... आम्हीच कमनशिबी! म्हणून कवडीमोल जिण्यावर लाथ मारून मृत्यूच्या महाद्वारातून ती दिमाखात निघून गेली आणि आमच्या वाट्याला उरली फक्त बेइज्जती!

**येसूबाई :** प्रत्येक वेळी अस्मानातल्या चंद्रबिंबासाठी हात पसरायचे आणि सर्वस्व पणाला लावून झेप घ्यायची असं कसं बरं चालेल? जमिनीवर चालणारांनी मातीशी दुष्मनी धरण्यात काय अर्थ? थोडं रीतिरिवाजाकडं पाहायला नको का?

**शंभूराजे :** आम्ही घालू ती रीत आणि पाडू तो रिवाज अशी राजसत्ता हाती असताना रीतिरिवाजांची मातबरी तुम्ही आम्हाला सांगता? शुद्धीकरणाची रीत महाराजांनी लोकांच्या गळी उतरवली नाही? मातबर मुत्सद्द्यांचा विरोध मोडून काढण्यासाठी काशीहून गागाभट्टांना आणवून महाराजांनी राज्यारोहणाचा सोहळा पार पाडलाच की नाही?

**येसूबाई :** (हताशपणाने) अष्टग्रहांचीच खचित आपल्यावर वक्रदृष्टी झाली. एरवी इतक्या सरळ गोष्टीत आपल्याला वाकुडेपणा का दिसावा?

**शंभूराजे :** खरं बोललात! ग्रहांचीच आमच्यावर वक्रदृष्टी झाली. आज नव्हे. आमच्या जन्मापासून. जन्मदात्री आई आम्हाला पाळण्यातच टाकून गेली.

थोरल्या मासाहेबांची पाखर आम्हाला जाण येण्यापूर्वीच तुटून पडली. आणि आबासाहेब — त्यांची तर जन्मापासूनच आमच्यावर गैरमर्जी!

**येसूबाई :** असं का बोलता आपण? महाराजांची आपल्यावर माया नाही असा आपण का समज करून घेतला आहे?

**शंभूराजे :** समज? आपण आमचा तो केवळ एक 'समज' मानता? युवराज्ञी, तुम्ही थोराघरी जन्मलात. मातापित्यांच्या मांडीवर तुम्ही लाडात वाढलात. आबासाहेबांच्या लाडक्या सूनबाई म्हणून तुम्ही आजवर थाटामाटात रायगडावर वावरलात! आमच्या पोरक्या जीवनाची दर्दभरी कहाणी तुम्हाला नाही कळायची! आम्हाला जाण आल्यापासून ठाऊक आहे फक्त आबासाहेबांच्या डोळ्यांतला धाक! आमच्या मनावर कोरली आहे त्यांच्या ओठावरली सुन्न जरब! आमच्या पोटात अजून कालवतं आहे त्यांचं छत्र, त्यांचं सिंहासन, त्यांची राजमुद्रा! (भूतकाळातील स्मृतींची याद येऊन व्याकूळ होत) आग्र्याहून सुटकेच्या प्रसंगाची याद आली की अजून रक्त जळू लागतं. मस्तक फिरू लागतं. पोटात आतडी तटतटा तुटू लागतात. (क्षणार्ध थबकून दृष्टीसमोर चित्र न्याहाळत.) एक आठ वर्षांचा कोवळा पोर महाराजांच्या पाठोपाठ रानावनातून, उन्हातान्हातून दिवसरात्र पळताना अजून आमच्या डोळ्यांसमोर स्पष्ट दिसतो आहे. अंगात ज्वर भरला, पायाला टरटरून फोड आले, तरी हूं की चूं नाही. अपरात्री मथुरेला एका ब्राह्मणाच्या घरात मुक्काम पडला. मध्यरात्री खलबत सुरू झालं, तेव्हा निराजीपंत सल्ला देतात, "महाराज, सहीसलामत सुटायचं असेल तर युवराजांना इथंच मागं सोडून दौड केली पाहिजे!" आत माजघरात ग्लानी येऊन तळमळत पडलेला पोर ते शब्द ऐकतो आणि धडपडत तस्सा उठून बाहेर धावतो; महाराजांच्या कंबरेला मिठी घालीत दीनवाण्या मुद्रेनं तो हंबरडा फोडतो, "आबासाहेब, आबासाहेब, आम्हांला एकट्याला टाकून तुम्ही नाही ना हो जाणार?" आबासाहेब एक शब्द बोलत नाहीत. कंबरेची इवल्या हाताची मिठी ते पोलादी बोटांनी सोडवतात आणि माजघराकडे बोट दाखवतात. चिमुकल्या मनाला ब्रह्मांड आठवलं. शेकडो कोसांची पायपीट बिनतक्रार करणाऱ्या पोराचे पाय ओसरीवरून माजघरात जाईतो पांगळे होतात. महाराज त्या रात्री निघून जातात. न भेटता, न बोलता. (क्षणार्ध थबकून) युवराज्ञी, एकच सवाल पुसतो, आम्ही आमच्या पुत्राशी असे वागतो तर आपण आमची संभावना कशी केली असतीत?

**येसूबाई :** स्वारींच्या मनचं दुःख आम्हाला समजतं. पण आपण असा विचार करावा की —

**शंभूराजे :** महाराज छत्रपती आहेत! हेच आपण आम्हाला बजावणार ना? हे पश्चात शहाणपणाचे बोल आम्हीच आमच्या दुखऱ्या मनाला कैकदा सुनावले आहेत. पण समजूत पटत नाही. आत कुठंतरी खोलवर तडा गेला आहे, तो सांधत नाही. (थबकून) बोलायला नको होतं ते आम्ही बोलून गेलो! पण पुन्हा महाराजांच्या मायेच्या गोष्टी तुम्ही आम्हाला पुसत जाऊ नका! कदाचित आम्हीच चुकत असू. कदाचित कसूर कोणाचीच नसेल. कदाचित आबासाहेबांच्या पोटी आम्ही जन्म घेतला इथंच कसूर घडली असेल. आम्ही आमच्या जन्माचे मालिक असतो तर झोपडीतला जन्मही आम्ही खुशीनं पसंत केला असता. मग दुनियेच्या संगे आम्हीदेखील महाराजांचे भक्त झालो असतो आणि दिलखुलासपणे आम्हीदेखील महाराजांच्या पराक्रमाची गाथाच गायली असती! मग आमच्या तोटक्या पराक्रमानंदेखील झोपडीतल्या मातापित्यांना अस्मान ठेंगणं झालं असतं. निदान घडोघडी महाराजांची थोरवी आम्हाला येता-जाता अशी कोणी हिणवून सांगितली नसती. पदोपदी आमच्याच खुजेपणाचे चटके सगेसोयऱ्यांनी तरी आम्हाला दिले नसते. आज आमच्या पाठीशी हेलावतो आहे प्रचंड महासागर आणि आम्ही — आम्ही गुदमरतो आहोत, कोपऱ्यात, तळाशी, अवघ्या चुळकाभर पाण्यात! (थबकून) बस्! आम्ही ठरविला तोच विचार योग्य आहे. रायगडाच्या या कारावासातून आम्हाला बाहेर पडलंच पाहिजे!

**येसूबाई :** पण रायगड सोडून आपण जाणार कुठं!

**शंभूराजे :** या राज्याची सरहद्द ओलांडून कुठंही. मोकळ्या मैदानात, खुल्या अस्मानात, आमच्या समशेरीला वाव मिळेल तिथं.

**येसूबाई :** एकट्याच्या बळावर आपण कोणता पराक्रम करणार?

**शंभूराजे :** एकटे का म्हणून? आम्हीदेखील दऱ्याखोऱ्यांतले मावळे उठवू. आम्हीदेखील स्वराज्याचं तोरण बांधू. नशिबानं हात दिला तर आम्हीदेखील एक क्रोड होनांचं राज्य पैदा करू.

**येसूबाई :** मोगलांच्या आश्रयानं?

**शंभूराजे :** (चमकून) कोणाचा आश्रय म्हणालात? मोंगलाचा? मोंगलांचा संबंध काय?

**येसूबाई :** (खिन्नपणे हसून) आपण आमच्या मनाविरुद्ध कैक प्रसंगी वागलात, पण अशी प्रतारणा नव्हती कधी केलीत?

**शंभूराजे :** प्रतारणा? कोणती प्रतारणा केली आम्ही आपल्याशी?

**येसूबाई :** दिलेरखानाच्या छावणीत आपले खलिते जात होते याचा सुगावा आपण आम्हाला कधी लागू दिला नाहीत.

**शंभूराजे :** दिलेरखानाकडे नव्हे — शाहजाद्याकडे आमचे खलिते जात होते. शाहजाद्याची दोस्ती तर आपल्याला ठाऊक होती?

**येसूबाई :** मोंगल सगळे एकच. दुष्मनांशी कधी दोस्ती होते का?

**शंभूराजे :** शाहजाद्याचा आमचा अनुभव फार वेगळा आहे.

**येसूबाई :** रायगडावर राहायचं नसेल तर आपण स्वतंत्रपणे हवं तिकडं जावं. आम्ही या अवस्थेतदेखील आपल्यासंगं येऊ. पण महाराजांच्या पाठीत आपण असा खंजीर खुपसू नये.

**शंभूराजे :** (उसळून) कोण म्हणतो आम्ही महाराजांच्या पाठीत खंजीर खुपसतो म्हणून? महाराजांच्या मुलखाला हात लावायचा नाही असा शाहजाद्याचा आमचा करार झाला आहे.

**येसूबाई :** (व्यथित होऊन) करारदेखील झाला? महाराजांना न सांगता, न विचारता?

**शंभूराजे :** (भडकून) महाराज कोण? त्यांचा संबंध काय? आम्ही स्वतंत्र आहोत. आम्ही आमचे मुखत्यार आहोत. आबासाहेबांनी स्वराज्याचं तोरण बांधलं त्या वेळी थोरल्या महाराजांची संमती घेतली होती?

**येसूबाई :** आमच्या गळ्याची शपथ आहे आपल्याला — आपण असा अविचार —

**शंभूराजे :** वायफळ शपथा घालून आमचा मार्ग तुम्ही रोखू नका. आमच्यासंगं तुम्ही येणार किंवा नाही एवढ्यापुरताच जबाब द्या.

**येसूबाई :** एका अटीवर यायला आम्ही तयार आहोत. महाराजांच्या कानावर आपण आपला मनसुबा घाला, मग आम्ही आपल्या पाठीशी आहोत.

**शंभूराजे :** (भडकून) पाठ तुटली आमची तरी पर्वा नाही! महाराजांच्या कानावर आमचा मनसुबा आम्ही आमच्या तोंडाने घालावा? छान! खासा सल्ला देताहात! आपल्याच हातानं स्वत:च्या पायांत बेड्या चढविण्याइतके आम्हाला बेअक्कल समजलात की काय तुम्ही?

**येसूबाई :** आमचं बोलणं आपण पुरतं ऐकावं तरी!

**शंभूराजे :** अंगात धमक नसेल तर खुशाल रायगडावर उष्टी खरकटी काढीत राहा, आम्ही चाललो, जय शंकर! जय भवानी!

[राजे जाऊ लागतात तोच समोरून येसूबाई आडवी येते आणि — ]

**येसूबाई :** जिवात जीव असेतो आम्ही आपल्याला मोंगलांच्या गोटात जाऊ देणार नाही.

**शंभूराजे :** (थबकून) भलत्या बाबतीत कोणी लुडबूड केलेली आम्हाला खपत नाही. राजकारण हा बायकांचा मामला नाही. दूर व्हा.

**येसूबाई :** महाराज आम्हाला पुसतील त्यांना कोणत्या तोंडानं जबाब देऊ आम्ही?

**शंभूराजे :** ज्या तोंडानं आम्हाला रोखलंत त्याच तोंडानं सांगा त्यांना की, आम्ही सज्जनगडाकडं रवाना झालो आहोत.

**येसूबाई :** नाही नाही — आम्ही झूट बोलणार नाही.

**शंभूराजे :** आम्ही छावणीत पोचेतो खरी गोष्ट आबासाहेबांना सांगाल तर — तर तुमच्या पोटी जन्माला येणाऱ्या बाळाची शपथ आहे तुम्हाला.

**येसूबाई :** कसली भलतीच शपथ घातलीत आपण ही?

**शंभूराजे :** दूर व्हा, नाहीतर पस्तावाल.

**येसूबाई :** (दारात वाट अडवून उभी राहत) आपल्याला आम्ही जाऊ देणार नाही. असली शपथ घालण्यापरीस खुशाल आमच्यावर समशेर चालवा आणि मगच पाऊल बाहेर टाका.

**शंभूराजे :** तुमच्यावर समशेर चालवायची असती तर इतका वेळ तुमची मनधरणी आम्ही केलीच नसती. अखेर बायका त्या बायकाच! जय शंकर! जय भवानी!

[शंभूराजे वाट अडवून उभ्या असलेल्या येसूबाईला हाताने दारातून ओढून ढकलून त्वेषाने निघून जातात. "आई गऽ" अशी अस्फुट किंकाळी फोडून येसूबाई भोवळ येऊन पडते. बाहेर अंधारून येऊ लागते.]

**[पडदा]**

# अंक दुसरा

## प्रवेश तिसरा

[तोच प्रासाद. तोच दिवस. मघाच्या प्रकारानंतर आणखी काही प्रहर लोटले आहेत. दिवेलागणीची वेळ झाली आहे. महालात येसूबाई हताशपणे कोठेशी नजर लावून बसल्या आहेत. क्षणभराने एक दासी प्रवेशते, महालातले दीप लावून मुजरा करून निघून जाते. तोच दारात शिवाजीमहाराज प्रवेशतात. आणि — ]

**शिवाजी :** (दारातच थबकून) सूनबाई —
[येसूबाई दचकून भानावर येते, उठून सावरीत नमस्कार करते व अदबीने उभी राहते.]

**शिवाजी :** (आत येत) राजे सज्जनगडाकडं रवाना झालेले दिसतात. (येसूबाई तोंड फिरवते.) ही एक गोष्ट फार बरी झाली. जे आम्हाला साधलं नाही ते कार्य समर्थांच्या सहवासानं सिद्धीला जाईल याचा आम्हाला भरवसा वाटतो. एक झगडा तूर्त तरी टळला. पण राजे आमचा निरोप घेऊन जाते तर फार बरं होतं. आमच्या मनच्या दोन गोष्टी त्यांना समजावून सांगता आल्या असत्या. ती कामगिरी सूनबाई, आता तुम्हालाच पार पाडली पाहिजे. (येसूबाई पदराने डोळे टिपते, ते पाहून) तुम्ही का कष्टी झालात? राजांचा पाणउतारा करायचा आमचा हेतू होता, असा तुम्हीदेखील समज करून घेतलात? [येसूबाई मानेनेच 'नाही' म्हणते.] मग डोळ्याला हा पदर का म्हणून? समजलो! राजांच्याकडून काही आगळीक घडली असावी. तुमच्या सौभाग्याची पायमल्ली झाली! सूनबाई, तुम्ही शहाण्या आहात. विचारी आहात. तुम्ही जाणलं पाहिजे. राजे उतावळे आहेत, उच्छृंखल आहेत, पण दिलाचे भाबडे आहेत. आमच्याकडं त्यांनी पाठ फिरविली. पण

तुमच्यावर त्यांचा जीव आहे. तुमच्याविना राजे पोरके आहेत, सूनबाई! राजांकडून आगळीक घडली असली तर त्यांचे वडील म्हणून आम्ही आपली —

**येसूबाई :** (हुंदका दाबत तोंड झाकून घेत) नको — नको महाराज!

**शिवाजी :** आम्हाला काहीच समजेनासं झालं म्हणून आम्ही आपल्या दाराशी आलो, तर सूनबाई, आपणच धीर सोडून बसलात!

**येसूबाई :** (डोळे टिपत) नाही महाराज — हे पाहा डोळे पुसले!

**शिवाजी :** शाबास! धीराच्या आहात, आमच्यामागं आम्ही विस्तारलेला हा राज्याचा प्रपंच तुम्हीच खबरदारीनं चालवणार आहात. सूनबाई, राजांबद्दल आमच्या पोटात राग नाही, पण राजांच्याबद्दल आम्हाला भरवसा वाटत नाही.

**येसूबाई :** असं आपण का म्हणता, महाराज?

**शिवाजी :** त्यांच्या वृत्ती वेगळ्या, त्यांच्या मनाचे धर्म निराळे! मोंगलांचे विलासी शौक राजांना मनापासून प्यार. आम्ही घडलो, वाढलो साधुसंतांच्या परंपरेत. आमची उमेद संपत आली. आमची तक्रार नाही, पण सूनबाई, हा रथ पुढे कसा चालणार याची चिंता वाटते.

**येसूबाई :** आपणच अशी हिंमत सोडलीत तर आम्ही कुणाकडं पाहायचं, महाराज?

**शिवाजी :** हिंमत सोडली नाही सूनबाई, पण भविष्याचं चित्र दिसायला लागलं की भोवळ येऊ लागते! नको वाटतं! उमेदीनं जो वृक्ष रुजवला, वाढवला त्याचा भार खांद्यांना आता सोसेनासा झाला. आणि राजे तर आमच्याशीच भांडण मांडून बसलेत!

**येसूबाई :** भांडण कसलं, महाराज?

**शिवाजी :** राजे आमच्याशी नीट बोलत नाहीत. मनातलं सांगत नाहीत. पदोपदी रुसतात, रागावतात. एकटेच कुढत बसतात. हिताचं बोलू लागलो तर तिढ्या अर्थानं घेतात. दुरुत्तरं करतात. आम्ही पारखलेल्या माणसांशी वैर धरतात. धोकेबाजांशी जवळीक करतात. जाऊ नये तिथं जातात, करू नये ते करतात! सूनबाई, आम्ही राजांचा असा कोणता अपराध केला म्हणून ते आम्हाला ही सजा देताहेत?

**येसूबाई :** आपण असं बोलता, महाराज — स्वारी मनात कुढत बसली आहे की आपण त्यांच्यावर जन्मापासूनच माया पाताळ केलीत!

**शिवाजी :** असा समज व्हायचं काय कारण?

**येसूबाई :** ते आम्हालाही पुरतं उमगत नाही. मघा रागाच्या भरात स्वारींना आग्र्याहून सुटकेच्या वेळची याद आली. म्हणाले, महाराज आम्हाला एकट्याला मथुरेला टाकून गेले. न बोलता, न सांगता गेले.

**शिवाजी :** सूनबाई, राजांना मागं टाकून जायला आम्ही त्यांचे दुष्मन का होतो? जिवाच्या भयानं पाठीला पाय लावून पळणारे आम्ही नादान भ्याड का होतो? विचार करा, मोंगल आमच्या पाठीवर. सभोवती हेरांचा सुळसुळाट. जरा गफलत होती तर आम्ही सारेच गनिमाच्या हाती गवसतो. त्या रात्री राजांनी आमच्या कंबरेला मिठी घातली आणि फत्तराला पाझर फुटेल असा टाहो फोडला, ''आबासाहेब, आम्हाला एकट्याला टाकून तुम्ही नाही ना हो जाणार?'' सूनबाई, ते शब्द आम्ही ऐकले आणि आमच्या शिरावरला मुकुट डळमळला, कंबरेची समशेर लटपटली, पायांतलं त्राणच नाहीसं झालं. क्षणभर मस्तकात सणक शिरली की, आठ वर्षांच्या एकुलत्या एक पोराला परमुलखात टाकून जाण्यापरीस नको तो संकल्प, नको ती प्रतिज्ञा आणि नको ते हिंदवी राज्य! पण क्षणभरच. दुसऱ्या क्षणी आमच्या डोळ्यांपुढं रायगड उभा राहिला. आमच्या शब्दाखातर रक्त सांडणाऱ्या सवंगड्यांची उद्ध्वस्त घरंदारं दिसू लागली. मासाहेबांची उग्र करारी मुद्रा आठवली. विचार आला की, खुद्द आमची एकट्याची जान खतऱ्यात असती तर मामला वेगळा होता. पण चिमुकले राजे दौलतीचे वारस. ते आलमगिराच्या तावडीत गवसले तर दौलतीचा समूळ उच्छेद होईल. सूनबाई, केवळ राजांना बचावण्यासाठी आम्ही आमचं मन मारलं, उसनं अवसान राखलं आणि कंबरेची चिमुकल्या हातांची मिठी सोडविली. त्या रात्री मोठ्या निर्धारानं राजांना मागे टाकून आम्ही यमुनापार झालो. बरोबरच्या सरदारांनी आमच्या मुद्रेवर केवळ निर्धारच पाहिला, पण सूनबाई, आमच्यातल्या तडफडणाऱ्या पित्याचे अश्रू पाहिले फक्त यमुनामाईनं! (प्रक्षोमाने थबकतात. मग हलकेच विषण्णतेने) वेडा पोर मनात ठेवून वागतो. पण खुल्या दिलानं आमच्यापाशी कधी बोलला का नाही?

**येसूबाई :** स्वारी आपल्याशी खुल्या दिलानं कधी बोलली नाही आणि —

**शिवाजी :** आणि काय? मोकळ्या मनानं बोला, सूनबाई! आता आम्हाला कशाचाच विषाद नाही.

**येसूबाई :** आपला स्वारींना कधी लळाच लागला नाही. विश्वास निर्माण झाला
नाही. घरातल्या सावत्रपणाचीदेखील कधी पुरती दखल घेतली गेली
नाही. म्हणूनच — आज...
(हुंदका अनावर होऊन येसूबाई तोंड दोन्ही तळव्यांनी झाकून घेतात.)

**शिवाजी :** (विस्मयाने) म्हणूनच काय? बोला सूनबाई, 'म्हणूनच काय?' काही
विपरीत तर —
[तोच लगबगीने हंबीरराव, पाठोपाठ मोरोपंत, अण्णाजी आणि सोयराबाई
प्रवेशतात.]

**हंबीरराव :** घात झाला महाराज, शंभूराजे मोंगलांना जाऊन मिळाले.

**शिवाजी :** (धक्का बसून) काय बोलता काय, हंबीरराव?

**अण्णाजी :** शंभूराजे दिलेरखानाच्या छावणीत जाऊन दाखल झाल्याची खबर
आताच आली, महाराज!

**शिवाजी :** राजे — दिलेरखान... छे छे! शक्य नाही. पंत —

**मोरोपंत :** होय महाराज! खुद्द बहिर्जींनीच खबर आणली तेव्हा त्यात गफलतीची
शक्यताच नाही.

**शिवाजी :** सूनबाई, हीच खबर देणार होतात तुम्ही?
[येसूबाई तोंड झाकून हुंदका देते.]

**सोयराबाई :** आता बोलायला तोंड आहे कुठं त्यांना? रडून भेकून ही
दगलबाजी दडते थोडीच?

**शिवाजी :** (दरडावून) राणीसाहेब, सूनबाईंच्याबद्दल एक अवाक्षर बोलू नका.

**सोयराबाई :** राहिलं! गळ्यालाच तात लागल्याशिवाय नाही आपले डोळे
उघडायचे.

**शिवाजी :** पंत, गडागडावर हुकूम पाठवा! राजे सापडतील तिथे कैदे करून
आमच्यापुढं हजर करा. अण्णाजी, राजांचे सगळे मार्ग तुम्ही रोखून धरा,
हंबीरराव —

**हंबीरराव :** खबर मिळताच निवडक जवानांची एक तुकडी राजांच्या मागावर
आम्ही धाडली, महाराज —

**अण्णाजी :** छावणीकडे जाणारे सगळे मार्ग आम्ही रोखून धरले आहेत, पण —

**मोरोपंत :** खबर अशी आहे की, राजे माहुलीच्या मार्गे निसटले. एव्हाना ते
दिलेरखानाच्या छावणीत दाखलदेखील झाले असतील.

**शिवाजी :** याचाच अर्थ खानानं राजांशी पूर्वीच संधान बांधलं होतं!

**येसूबाई :** स्वारींना आलेला एक खलिता आजच आमच्या हाती लागला;
पण —

**शिवाजी :** मग सूनबाई, वेळीच तुम्ही ही खबर आम्हाला का नाही दिलीत?

**सोयराबाई :** त्यांचंही या फितुरीत अंग असल्याशिवाय —

**हंबीरराव :** (दरडावून) ताई —

**शिवाजी :** सूनबाईंची दोन्हीकडून कुचंबणा. सूनबाई —

**येसूबाई :** (हुंदका देत) आम्हाला स्वारींनी जन्माला येणाऱ्या बाळाची शपथ
घातली होती.

**शिवाजी :** पंत, अखेर आमचीच भीती खरी ठरली. अखेर मोंगलांनीच आमचा
छावा फितवून नेला. आपण गाफील राहिलो आणि आमचाच डाव अखेर
आमच्यावर उलटला. (हताशपणे मटकन बसत.) राजे राजे, काय केलंत
तुम्ही हे?

**हंबीरराव :** आधी राजांना परत आणण्याची कारवाई केली पाहिजे.

**अण्णाजी :** युवराज परत येतील अशी अटकळ आहे तुमची?

**मोरोपंत :** आता परत फिरतो म्हणाले तरी बादशाह राजांना सीधेपणानं सोडणार
नाही.

**अण्णाजी :** आणि परत आणून तरी काय उपयोग? बेइमानी अखेर चरतच
जायची.

**शिवाजी :** (ताडकन उठत) पंत, अण्णाजी, प्रधानमंडळानं युवराजांकडं पाठ
फिरवली तरी बाप आपल्या लेकराला वाऱ्यावर सोडू शकत नाही. राजे परत
आलेच पाहिजेत.

**मोरोपंत :** पण महाराज —

**शिवाजी :** ही वेळ खलबतं करण्याची नाही. आमच्या हुकुमाची तुम्ही तामिली
करा. जा, तुमचे हात थकले म्हणजे राजांना परत आणण्यासाठी आम्ही
जातीनं दौड करू.

[मोरोपंत, अण्णाजी मुजरा करून नाराजीने चालते होतात.]

**सोयराबाई :** आकाशाला गवसणी घालण्याचाच प्रयत्न आहे हा!

**शिवाजी :** त्याची चिंता तुम्हांला पडायचं कारण नाही, राणीसाहेब! आकाशाला
गवसणी घालण्यातच आमचा जन्म गेलाय! जा आपण! आम्हाला वृथा कष्टी
करू नका.

[सोयराबाई फणफणत जातात. दिङ्मूढ होऊन महाराज हताशपणे बसतात.

येसूबाई बाजूला तळव्याने तोंड झाकून स्फुंदत आहेत. हंबीरराव शेजारी
उभे आहेत. क्षणभराने — ]

**हंबीरराव :** महाराज —

**शिवाजी :** (विषण्णतेने) दुनियेचा कारभार आम्ही उमेदीनं केला, पण घरच्या
प्रपंचात आमच्या हाती अपेश आलं. गृहस्वामिनीचा दिल बदसूर... मनाशी
मन कधीच जुळलं नाही. मासाहेब गेल्या. जिवाभावाच्या सवंगड्यांनी
वाटेवरच निरोप घेतला. आता पोटचा पुत्र — दौलतीचा वारस —
साताजन्मांचा दावेदार झाला. मुळावरच कुऱ्हाडीचे घाव घालू लागला.
आमचा दिल कोणाला उमगत नाही. आमची भाषा कोणाला समजत
नाही. आमच्या दृष्टीची भरारी कोणाला दिसत नाही. क्षितिजाचा पल्ला
राहिला दूर आणि अर्ध्या वाटेवरच आमचे पाय गेले! उमेद खच्ची झाली.
आम्ही एकटे राहिलो. एकाकी झालो. तो संकल्प... ती प्रतिज्ञा... त्या
सळसळत्या उमेदी... ती पंख भरारी... ती गरुडझेप... (खिन्नपणे हसून)
बाकी ? बाकी हिशेब शून्य! जटायूसारखे पंख कापले गेले. आता
पैलतीराकडे खुरडत खुरडत जाणं भाळी आलं. राजे, राजे — तुम्ही
कसले, पोरके आम्ही झालो आहोत.

[महाराज तोंड फिरवून डोळे टिपतात. ते पाहून — ]

**हंबीरराव :** महाराज, आपल्या डोळ्यांत पाणी?

**शिवाजी :** हंबीर, लोक आम्हाला अवतारी पुरुष मानतात. पण अशा आपत्तीत
झणझणीतपणे याद येते की, आम्हीदेखील अखेर हाडामांसाचेच आहोत!
आम्हीदेखील माणूस आहोत!

(क्षुब्ध होऊन महाराज क्षणभर स्तब्ध बसतात. हताशपणे मान खाली
घालतात. पण क्षणभरच. दुसऱ्याच क्षणी स्वभावजन्य उसळी घेण्याच्या
वृत्तीने ते ताडकन उठून उभे राहतात. काही एका नव्या चैतन्याने भारल्यागत
मोठ्या उत्साहाने आणि उमेदीने म्हणतात — )

छे छे, असे हातपाय गाळून चालणार नाही. हे राज्य व्हावे ही श्रींची इच्छा
आहे! उठा सूनबाई, डोळे पुसा, चिंता करू नका. गुन्हा राजांचा घडला नाही,
आमचा घडला. आम्ही राजांना परत आणल्याखेरीज राहत नाही.

**हंबीरराव :** पण महाराज, राजे हट्टी आहेत, शिवाय —

**शिवाजी :** हंबीर, राजांच्या हट्टीपणाची मातबरी तुम्ही आम्हाला सांगता! अरे,
अवघे सोळा वर्षांचेदेखील नव्हतो तेव्हा आम्ही रोहिडेश्वर चढता चढता

दादाजीपंतांसारख्या वयोवृद्ध कारभाऱ्यांच्या अंत:करणाचा भेद केला होता. थोरल्या महाराजांना आमचे उद्योग नापसंत होते तेव्हा त्यांनाही आम्ही हिमतीनं आमच्या बाजूला वळवून घेतलं होतं. प्रत्यक्ष जन्मदात्या पित्याला आणि ज्ञानदात्या गुरूला नुसत्या शब्दानं जिंकणारे आम्ही, अरे सर्वस्व पणाला लावून उठलो, तर पोटचा पोर आम्हाला वश होत नाही की काय? जय शंकर? जय भवानी!

**हंबीरराव :** (आगळ्या उत्साहाने) जय शंकर! जय भवानी!

[महाराजांच्या या अगम्य आगळ्या उत्साहाकडे हंबीरराव आणि येसूबाई चकित होऊन बघतच राहतात, तोच — ]

**[पडदा]**

# अंक तिसरा

## प्रवेश पहिला

[दुसऱ्या अंकातील घडामोडीनंतर सुमारे वर्षभराचा काळ उलटला आहे. शके १६०१ इ. स. १६७९ डिसेंबर. मार्गशीर्ष महिन्याच्या उत्तरार्धातील एक प्रात:काल. पन्हाळगडावरील एक राजमहाल. दूर नगारखान्यात चौघडा झडतो आहे. मंदिरातील पूजार्ती आणि मंजूळ घंटानाद अस्पष्टपणे कानी पडत आहेत. क्षणभरातच सेनापती हंबीरराव आणि शंभूराजे प्रवेशतात. शंभूराजे प्रक्षुब्ध उदास मुद्रेने, अंमळ गोंधळल्या-गांगरल्यासारखे दबकत येतात आणि दोन पावलांवरच थबकतात. तसे — ]

**हंबीरराव :** (आत येत) यावं राजे. महाराजांना वर्दी गेली आहे. त्यांचा हुकूम आला की आपण त्यांच्या भेटीला — (वळून पाहून थबकून विस्मयाने) का? राजे थबकलात कशापाई? या, निश्चितीनं बसा. रात्रभर घोडदौड करावी लागल्यानं तुम्ही थकला तर नाहीत?

**शंभूराजे :** (पुढे येत) शरीरकष्टाची आम्हाला मातब्बरी वाटत नाही, हंबीरराव! पण आबासाहेबांच्या प्रेमळ आग्रहाला बळी पडून दिलेरखानाच्या छावणीतून पन्हाळ्यावर परत येण्यात आम्ही चूक तर केली नाही ना, असं आम्हाला वाटू लागलंय.

**हंबीरराव :** असं वाटायचं कारण? दिला शब्द मोडून महाराज आपल्याला अंधारकोठडीत डांबतील असं भय वाटलं का तुम्हाला?

**शंभूराजे :** (विषण्ण स्मित करीत) भय? हंबीरराव, उभ्या जिंदगीत आम्हाला थोडं जरी कोणाचं भय वाटलं असतं, तरी मोहाच्या क्षणापासून आम्ही बचावलो असतो. पन्हाळगडावरल्या अंधारकोठडीचं भय कशापाई बाळगायचं?

६२

दिलेरखानाच्या छावणीत तरी यापरीस आमचा कोणता मानमरातब राखला जाणार होता? बादशाही खलिता तुम्ही मधल्यामध्ये हस्तगत केला असलात तरी खलिता आणणारे सांडणीस्वार एव्हाना दिलेरखानाच्या छावणीत दाखल झालेच असतील.

**हंबीरराव :** पण राजे —

**शंभूराजे :** हंबीरराव, आमचं साहस आमच्या अंगावर उलटल्यावर आम्ही दिलेरखानाशी उलटून झुंजच द्यायला हवी होती.

**हंबीरराव :** मूठभर जवानांनिशी? भलतंच काय? या अविचाराचा नतीजा जाणता तुम्ही, राजे?

**शंभूराजे :** बेहत्तर आहे आम्ही या चकमकीत खर्ची पडलो असतो तरी. फारतर आमच्या अपराधाचं प्रायश्चित आम्हाला मिळालं असतं. पण दिलेरखानालाही त्याच्या दगाबाजीचा धडा आम्ही नक्कीच दिला असता. मनसबदारीची नेमणूक बादशहांनी रद्द केली! आम्हाला अटक करण्याचा हुकूम? हातापायांत बेड्या घालून दिल्लीला हजर करण्याची ताकीद? बेइमान! दगाबाज! (उठत) नाही नाही हंबीरराव, तुम्ही आम्हाला या घडीला तरी रोखू नका. दिलेरखानाचा बदला घेऊनच आम्ही पन्हाळ्यावर महाराजांच्या दर्शनाला परत येऊ, नाही तर —

**हंबीरराव :** (अडवीत) राजे राजे — हा सर्वनाश आपण कशासाठी मांडलाय?

**शंभूराजे :** हा सर्वनाश नव्हे हंबीरराव, हा आमचा नाश आहे. सर्वनाश टाळण्यासाठी प्रसंगी आमचा नाशदेखील पत्करण्याचा आम्ही निश्चिय केलाय.

**हंबीरराव :** राजे राजे, आपल्या या निश्चयाने महाराजांना केवढा धक्का बसेल त्याची —

**शंभूराजे :** आम्हांला पुरी कल्पना आहे. पण हंबीरराव, आबासाहेबांना तुम्ही आमचा एक निरोप सांगा की, दौलतीचा लोभ आम्हाला कधीच नव्हता आणि आजही नाही. रामराजांसाठी आमचं युवराजपद आम्ही खुशीनं सोडतो आहोत.

**हंबीरराव :** राजे —

**शंभूराजे :** आमचं भांडण हे आबासाहेबांशी नाही, मासाहेबांशी नाही, रामराजांशी तर नाहीच नाही. प्रधानमंडळानं आमचा दुस्वास केला. आम्हाला वृथा कष्टी केलं. पण त्यांच्याशीदेखील आमची दुष्मनी नाही. निदान आज, या घटकेला तरी, त्यांच्याबद्दलीही आमच्या मनात वैरभाव उरला नाही.

**हंबीरराव :** (गोंधळून) मग राजे, आपलं भांडण आहे तरी कोणाशी आणि कशासाठी?

**शंभूराजे :** आमचं भांडण आमच्याशीच आहे. चंद्रासाठी हट्ट घेणाऱ्या आमच्या बेलगाम वृत्तीशी आहे. पदोपदी आम्हाला लोळवू पाहणाऱ्या क्रूर नियतीशी आहे. एकाकीपणाचा शाप देणाऱ्या आमच्या कमनशिबाशी आहे. आबासाहेबांसारखा थोर पिता लाभूनही आम्हाला करंटे ठेवणाऱ्या आमच्या दुर्दैवाशी आहे.

**हंबीरराव :** (चकित होऊन) राजे —

**शंभूराजे :** (खिन्नपणे) आमचं बोलणं आपल्याला समजत नाही, होय ना? सोडून द्या आमचे शब्द, हंबीरराव. आबासाहेबांसारख्या पराक्रमी, थोर, आणि चारित्र्यसंपन्न राजाच्या पोटी आम्ही जन्म न घेतो तर फार बरे होते. निदान या वयात तरी आमच्यापायी त्यांना हे दारुण दुःख आणि कष्ट तरी भोगावे लागले नसते. (मटकन एका आसनावर बसून आपला उजवा हात न्याहाळत) हंबीरराव, आमच्या या कमनशिबी तळहातावर लिहिला आहे फक्त मनस्ताप... मोहभ्रष्ट झालेल्या अपराध्याचा मनस्ताप... आणि आमच्या संबंधितांना आमच्याकडून पोचणार आहेत कष्ट, केवळ कष्ट, आणि कष्ट!
[शंभूराजे हे बोलत असतानाच शिवाजीमहाराज दारातून आत येऊन थबकले आहेत व ऐकताहेत. शंभूराजे इतके बोलून तळव्याने मुख झाकून अस्फुटपणे हुंदका देतात. महाराज क्षणमात्र थांबतात. त्यांच्या ओंजळीत प्राजक्ताची फुले आहेत. हंबीररावांचे प्रथम महाराजांकडे लक्ष जाते. ते पुढे होऊन मुजरा करतात. महाराज खुणेनेच त्यांना काही इशारत करतात. तसे हंबीरराव शंभूराजांच्या खांद्यावर हलकेच हात ठेवतात. तो स्पर्श होताच — ]

**शंभूराजे :** (न पाहताच, आवेगाने हात दूर करीत) नको... नको — हंबीरराव, आमच्यासाठी आपण अशी माया सांडू नका. आम्ही —
[दचकून वर बघतात. हंबीरराव फक्त बोटाने निर्देश करतात. तसे ताडकन उठत, वळून — ] आबासाहेब?... साक्षात आपण... आम्हाला भेटायला इथं आलात?

**शिवाजी :** (ओंजळीतल्या फुलांचा वास घेत, पुढे येत) तुम्ही आल्याची वर्दी मिळाली तेव्हा आम्ही देवीची पूजा करीत होतो. पूजा आटोपून बाहेर अंगणात आलो तर दारातच प्राजक्ताचा सडा पडलेला दिसला. म्हटलं, देवीचा हा प्रसाद घेऊनच राजांच्या भेटीला जावं. ओंजळ पुढे करा, राजे.

[महाराजांच्या पायाला हात लावून मस्तकी लावीत उठत शंभूराजे ओंजळ
पुढे करतात. तसे महाराज किंचित स्मित करून म्हणतात —]

राजे, तुम्हाला रातराणीच्या धुंद गंधाची मनापासून आवड. रुचिपालट
म्हणून प्राजक्ताचा हा सात्त्विक सुगंध तुम्हाला रुचतो का ते पाहा. या
फुलांचा भगवा देठ, शुभ्र कोमल पाकळ्या, तुम्हाला तुमच्या थोरल्या
मासाहेबांची याद करून देतील. घ्या (ओंजळीत देत) वास घ्या.

[शंभूराजे ओंजळ नाकाशी लावतात तसे —]

मायबहिणींच्याकडं पाहण्याची एक नवी निर्मळ दृष्टी तुम्हाला या
प्रसादातून मिळू दे.

[शंभूराजे दचकतात. नजरेला नजर देतात. मग डोळे भरून येत आवेगाने]

**शंभूराजे :** आबासाहेब, आम्ही अपराधी आहोत. आम्हाला पुत्रधर्म पाळता
आला नाही. युवराजपदाची प्रतिष्ठा सांभाळता आली नाही.

**शिवाजी :** (त्याला उठवत) उठा राजे. एक थोर सुंदर शिल्प उभारण्यासाठी
ऐन उमेदीत आम्ही पित्याशी झुंज घेतली; आता वृद्धपणी ते शिल्प
सावरण्यासाठी पुत्राशी झगडण्याची पाळी आली. लेकरा, तू हे काय
केलंस?

**शंभूराजे :** (मान खाली घालून) आबासाहेब, कसूर आमच्याकडून घडली.
आमचे सगळे अपराध आम्हाला मान्य आहेत. आपण द्याल ती सजा
निमूटपणे भोगायला आम्ही तयार आहोत.

**शिवाजी :** जिंदगीतले सगळे गुंते सजा देऊन आणि सजा भोगून सुटते तर
किती सोपं होतं. सजा देणारे आम्ही कोण? ज्यांनी हिंदवी राज्याचा
संकल्प आमच्या हातून पुरा केला त्यांनीच सजा फर्मावली — राजे,
तुम्हाला तुमच्या गैरवर्तनाबद्दल आणि आम्हाला, आम्ही आमचा राजधर्म
सोडल्याबद्दल. तुम्हाला मोंगलांच्या छावणीत लाजिरवाणे अपमान सहन
करावे लागले आणि छत्रपतींचा युवराज मोगलांनी फितवून नेला या
बेइज्जतीची दुनियेत धिंड निघाली, ती आम्हाला निमूटपणे सोसावी
लागली.

**शंभूराजे :** आबासाहेब, जे घडलं त्याचा सगळा दोष सर्वस्वी आमच्याकडे
आहे, आपण स्वतःला दूषण काय म्हणून देता?

**शिवाजी :** शंभूराजे, तुम्हाला पुढं करून भूपाळगडाच्या वेढ्यात दिलेरखानानं
सातशे निरपराध माणसांचे हात तोडले. पाठोपाठ अथणीवर फौजा
धाडल्या, बाजारपेठ लुटली, बायकांची इज्जत घेतली, कत्तल केली,

तीदेखील तुमच्या नावानं. त्या तुटलेल्या हातांची बोटं आमच्याकडं रोखली जातात आणि आम्हाला अहोरात्र एकच सवाल पुसतात, ''महाराज, याच अपराधासाठी तुम्ही आजवर अनेकांचे हात-पाय तोडलेत; राजद्रोहाच्या गुन्ह्याला कडेलोटाची सजा फर्मावलीत. मग शंभूराजे गुन्हेगार म्हणून पुढे येताच तुम्ही माघार का घेतलीत?'' (थबकून) बोला शंभूराजे, तुमच्याजवळ आहे काही या सवालाला जबाब?

[शंभूराजे मान खाली घालतात. महाराज क्षणमात्र त्यांना न्याहाळतात आणि मग — ]

राजे, आम्ही शरमिंदे आहोत. केवळ अपवाद म्हणून तुम्हाला वेगळा न्याय देणं आम्हाला भाग पडलं. कारण तुम्ही युवराज आहात. तुम्ही गादीचे वारस आहात. कधीतरी आमच्या माघारी तुम्ही सिंहासनावर बसणार आहात.

**शंभूराजे :** (आवेगाने) नाही नाही... आबासाहेब, आम्हाला राज्य नको, सिंहासन नको की सत्ता नको. आपल्या पायाची जोड आम्हास आहे. आम्ही दूधभात खाऊन आपल्या छत्राखाली राहू.

**शिवाजी :** जागे व्हा राजे, जरा दिलदिमाग ताळ्यावर ठेवून विचार करा. दूधभात खाऊन छत्राखाली राहण्याचे तुमचे बाळपण आता संपले आहे. तुम्ही मागितलेत तरी ते बाळपण तुम्हाला कोणी परत देऊ शकणार नाही, आणि छत्रपतीपद तुम्हाला टळणार नाही. अंगी पोक्तपणा धरा, काही लोकोत्तर पराक्रम करा आणि प्रजेचे अंत:करण जिंका.

**शंभूराजे :** आपली आज्ञा आम्हास शिरसावंद्य आहे.

**शिवाजी :** बाप हयात असता तख्तासाठी झगडा करणं हा मोगलांचा रिवाज आहे. मोगलांचे तख्तच मुळी खून, कपटकारस्थान आणि भावंडांत रक्तपात, यातून निर्माण झालं आहे. छत्रपतींचे सिंहासन रत्नजडित सोन्याचे असले, तरी रत्नमाणके आणि बत्तीस मण सुवर्ण पदरी जमा होण्यासाठी का ते इतकी वर्षे खोळंबून पडले होते? तेवढीच गरज असती तर ठगपेंढारीसुद्धा आपआपल्या गुहेत केव्हाच सिंहासनाधीश्वर झाले असते. खरे आहे ना, राजे?

**शंभूराजे :** होय आबासाहेब.

**शिवाजी :** राजे, तुम्ही जाणले पाहिजे की छत्रपतींचे सिंहासन प्रथम प्रजेच्या अंत:करणात जन्माला येते, तिथेच ते वाढते आणि केवळ प्रजेच्या

इच्छेपोटीच राजाला सिंहासनाधीश्वर व्हावे लागते. तुम्ही असले 'राजे' व्हावे ही आमच्या मनीची आस आहे.

**शंभूराजे :** आबासाहेब, आपले सोन्यासारखे बोल ऐकून आम्ही धन्य झालो. आमच्या पायी आजवर तुम्ही श्रमी झालात, कष्टी झालात. पण यापुढे तुम्हास सुखी करण्यातच आता आम्ही आमची उमर वेचू.

**शिवाजी :** तसं घडलं तर भवानी मातेची कृपाच झाली म्हणायची. पण अजून तुम्हाला बरीच वाटचाल करायची आहे. पल्ला फार लांबचा आहे. मोडतोड फार झालीय. माणसं बरीच दुखावली गेली आहेत. समंजसपणे तुम्ही किती सोसता आणि शहाणपणाने माणसे कशी जोडता, यावर तुमचे अवघे भवितव्य अवलंबून आहे.

**शंभूराजे :** होय आबासाहेब, त्याची आम्हास आता जाण आली आहे. आम्हाला आपण एकच संधी द्यावी अशी आपल्या पायाशी आमची विनंती आहे.

**शिवाजी :** (पाठीवर हात घेऊन येरझारा घालीत थबकून) होय. तुम्हाला एकवार तरी संधी मिळायला हवी, (थबकून) मिळेलही. मिळणार आहे. प्रधानमंडळ आमच्या शब्दाबाहेर जाणार नाही. पण... पण त्यांनाही तुमच्या वतीनं आम्हाला एक हमी देता आली पाहिजे. आपल्या दौलतीला दुष्मन फार. एका दिलेरखानाच्या तावडीतून तुम्ही निसटलात म्हणजे सगळं आभाळ निरभ्र झालं असं समजू नका. तुम्हाला नवी नवी, निरनिराळी आमिषं, प्रलोभनं दाखवण्यात येतील त्या वेळी —

**शंभूराजे :** नाही नाही आबासाहेब, एकदा घडलं ते पुन्हा कदापि कदापि घडणार नाही. आम्हाला पुरतं कळून चुकलं आहे की मुघलांचे पातशाहीत काय अगर विजापूरच्या वा भागानगरच्या पातशाहीत काय, आमची किंमत एका नादान फितुरापलीकडे काहीही नाही. म्हणून तर आबासाहेब, आम्ही एका सांगाव्यानिशी आपल्या पायाशी शरमिंदे होऊन आलो. (एकदम आवेगाने पाय धरीत भरल्या डोळ्यांनी वर पाहत रुद्ध स्वरात) आबासाहेब, फक्त एकदा.. एकदाच तुम्ही आमच्यावर विश्वास टाकावा.

**शिवाजी :** (प्रथमच गलबलून) विश्वास...! राजे, पुत्रावर विश्वास टाकण्यापरीस पिता दुसरे काय करू शकतो? आम्ही तुमच्यावर विश्वास टाकूनच आज रायगडावर प्रयाण करणार आहोत. राजे, जे घरोब्याचे रीतीने बोलिलो त्याचा विचार करा. खूप खूप विचार करा.

**शंभूराजे :** होय होय, आबासाहेब.

**शिवाजी :** राजे, तुम्हीही थकले असाल. जाऊन आराम करा. आपण पुन्हा भेटू. तुमच्याशी दिलखुलासपणे आम्हाला पुष्कळ बातचीत करायची आहे.

**शंभूराजे :** (मुजरा करीत) जशी आज्ञा आबासाहेब. (जाऊ लागतात तोच)

**शिवाजी :** राजे — [शंभूराजे चटकन् वळतात तसे —] पोटात राहावत नाही म्हणून एक इशारा देतो. यापुढं कधीही घुश्श्यानं वा गफलतीनं आलमगीराच्या तावडीत सापडू नका.

**शंभूराजे :** (दचकून पुढे येत) आबासाहेब —

**शिवाजी :** दोन वेळा त्या काळसर्पाच्या शेपटीवर पाय देऊन त्याच्या विळख्यातून तुम्ही सहीसलामत सुटलात — पण राजे, पुन्हा कधी गवसलात, तर याद ठेवा, तुमची सुटका करायला त्या वेळी आबासाहेब असणार नाहीत.

**शंभूराजे :** पण आबासाहेब —

**शिवाजी :** (हात वर करीत) राजे, इशारा तेवढा ध्यानी ठेवा आणि तुम्ही चला. सूनबाई तुमची वाट पाहत असतील.

[शंभूराजे जातात.]

**हंबीरराव :** (भारावून जात) महाराज, आपलं अंतःकरण वज्राचं आहे की फुलाचं?

**शिवाजी :** आमचं अंतःकरण वज्राचं की फुलाचं. (हसत) हंबीर, त्याचा खल आपण अंमळ सवडीनं करूया. या दोन दिवसांत आम्ही रायगडाकडं कूच करणार आहोत. तूर्त जनार्दनपंतांना निरोप द्या. आम्ही परत येईतो शंभूराजे सूनबाईंसह पन्हाळ्यावरच राहतील. त्यांच्यावर नजर ठेवा. ते नजरकैदेत नाहीत; पण त्यांच्यावर सक्त नजर ठेवा.

**हंबीरराव :** (चकित होत) महाराज... मतलब?

**शिवाजी :** मतलब इतकाच हंबीर की, यापुढं आम्हाला राजांच्या संबंधात छोटासासुद्धा धोका पत्करायचा नाहीये.

[हंबीरराव मुजरा करून जातात. शिवाजीमहाराज कमानीतून उगवतीकडे पाहत विचारात हरवले असतानाच अंधार.]

## [पडदा]

# अंक तिसरा

## प्रवेश दुसरा

[रायगडावरील पूर्वीचाच महाल. मागील प्रवेशातील घडामोडीनंतर सुमारे दोन-अडीच महिन्यांचा काल उलटला आहे. शके १६०२, इ. स. १६८०, मार्च महिना, चैत्र शुद्ध पक्ष. एक संध्याकाळ. महाराणी सोयराबाई, पाठोपाठ अण्णाजी दत्तो आणि मोरोपंत प्रवेशतात.]

**अण्णाजी :** तुम्ही काही म्हणालात, पंत तरी शंभूराजांच्या प्रकरणी महाराजांनी आमच्यावर ठपका ठेवला ही गोष्ट बरी झाली नाही. मनाला फार खंत वाटली. आजवरच्या इमानाची माती झाली.

**मोरोपंत :** छे छे छे — विपर्यास करताहात तुम्ही, अण्णाजी. महाराजांच्या बोलण्यातला मतलब —

**सोयराबाई :** आम्हालाच राजांशी गोडीनं वागता आलं नाही — हाच ना? स्वारींनी खुशाल म्हणावं तसं. आम्ही ओळखून आहोत ते सारं. एवढ्याचसाठी आम्ही ती पीडा दूर पन्हाळ्याला ठेवली.

**अण्णाजी :** आमचा अंदाज असा होता की, रामराजांच्या विवाहाचं निमित्त साधून शंभूराजे पुन्हा रायगडावर येणार आणि —

**सोयराबाई :** ते खूप आले असते — पण आम्ही आमंत्रण धाडायला हवं ना? 'राजांचं पाऊल रायगडावर पडलं तर आम्ही तोंडात पाण्याचा थेंब घालणार नाही,' असं निक्षून बजावलं, तेव्हा स्वारी गप्प बसली.

**अण्णाजी :** पंत, शंभूराजांना महाराजांनी पन्हाळ्याला नजरकैदेत ठेवलंय असं आम्ही ऐकतो, ते खरं का?

**मोरोपंत :** प्रत्यक्ष नजरकैदेत नाही, पण राजांच्या हालचालींवर जनार्दनपंतांना

७०

नजर ठेवायला सांगितली आहे, असं परवा महाराजांच्या बोलण्यात
आलं.

**अण्णाजी :** अलीकडं महाराजांचं मनच आम्हाला कळेनासं झालंय. त्यांचा
राजांवर पुरता विश्वास नाही, पण राजांच्या पायी गुंतलेला जीवही सुटत नाही.

**मोरोपंत :** राणीसाहेब, महाराज मधेच पुन्हा सज्जनगडावर कशासाठी गेले?

**सोयराबाई :** समर्थांच्या दर्शनासाठी, दुसरे काय? प्रपंचात फार जंजाळ होतोय
ना त्यांना? म्हणून आता परमार्थाचा ध्यास घेतलाय स्वारीनी.

**मोरोपंत :** पण महाराज निघाले त्या वेळी त्यांच्या अंगात ज्वर होता. आपण
त्यांना रोखायला हवं होतं, राणीसाहेब.

**सोयराबाई :** सांगून ऐकलं तर पाहिजे माणसांनी?

**मोरोपंत :** जालन्याच्या स्वारीपासून महाराजांची तब्येत ढासळल्यासारखी वाटते.

**सोयराबाई :** माणसांनी आपलं वय ओळखून वागायला नको? अंगी ज्वर तर
आम्ही आज किती दिवसांचा पाहतो, ऐकतो आहोत. पण धड
औषधपाणीदेखील नीट करायचं नाही. जरा बरं वाटलं की पाऊल गडाबाहेर.

**अण्णाजी :** शंभूराजांच्या एकूण प्रकरणाची महाराजांनी हाय खाल्ली यात शंका
नाही.

**मोरोपंत :** मी म्हणतो, शंभूराजांना उपरती झाली, राजे परतले, यात सगळं पावलं.

**सोयराबाई :** भ्रम आहे तुमचा, पंत! चार-दोन महिन्यांतच राजे मूळपदावर
जातील तेव्हा स्वारींचे डोळे उघडतील.

**मोरोपंत :** तसं नव्हे, पण मी म्हणतो —

**अण्णाजी :** बघाल बघाल पंत! सहा महिन्यांच्या आत राजांच्या पायी गडावर
अनर्थ गुदरला नाही तर —

[तोच शिंग वाजते आणि ललकारी ऐकू येते.]

**मोरोपंत :** (लगबगीने) सावधान! महाराजांची स्वारी गडावर परतली.

[तोच घाबऱ्या घाबऱ्या राजाराम प्रवेशतो आणि — ]

**राजाराम :** मासाहेब... मासाहेब... आबासाहेबांची तबीयत खराब झाली.

**सोयराबाई :** (घाबरून) अगबाई खरंच? आहे कुठं स्वारी? पंत, अण्णाजी —

**मोरोपंत :** तरी अंगात ज्वर असताना दौड करू नये असं आम्ही जीव तोडून
सांगत होतो. आहे कुठं सरकारस्वारी?

**राजाराम :** इकडंच येताहेत आबासाहेब. गड चढताना दोन वेळा त्यांना चक्कर
आली.

**सोयराबाई :** मग राजे, स्वारींना पालखीतून आणायचं नाही का?

**राजाराम :** आम्ही खूप म्हटलं त्यांना — पण आबासाहेब —

**अण्णाजी :** हे महाराजच आले.

[शिवाजीमहाराज मंद पावले टाकीत दोन हुजऱ्यांच्या आधाराने प्रवेशतात. प्रवेशत असतानाच हुजऱ्यांना दूर करीत महाराज म्हणत असतात, ''नको, नको, हात देण्याची काही गरज नाही. सबंध गड चढून आलो आम्ही. आता घरात आधार कशाला? आता पुष्कळ हुशार आहोत आम्ही. तुम्ही जा!'' हुजरे बाजूला होतात, तोवर सोयराबाई, मोरोपंत, अण्णाजी आणि राजाराम आधारासाठी पुढे धावतात. तसे महाराज — ]

**शिवाजी :** अरे अरे, तुम्ही सगळे कशाला धावलात?

**सोयराबाई :** कशाला बरं ही जिवापाड दौड केलीत?

**शिवाजी :** (हसून) रामराजांनी पुढं येऊन ही खबर दिली वाटतं?

**मोरोपंत :** निदान पालखी तरी बोलवायची!

**अण्णाजी :** पाचाडातून हेजीब धाडला असतात तर आम्ही जातीनं आलो असतो.

[महाराज येऊन आसनस्थ होतात.]

**शिवाजी :** पण कशाला? असं झालंय तरी काय आमच्या तब्येतीला! थोडा अंगात ज्वर होता, त्यात जरा दुपारच्या उन्हाची तिरीप लागली.

**सोयराबाई :** पण अंगात ज्वर असताना आधी जायचंच कशाला? समर्थांचं दर्शन काय प्रकृतीला आराम पडल्यावर झालं नसतं?

**शिवाजी :** इतकी वर्षे आमच्यासंगे संसार केलात, पण राणीसाहेब आमच्या मनाची ठेवण आपण अद्याप ओळखली नाहीत. राजकारण म्हणजे अळवावरचं पाणी. त्यात आमचा दिल कधीच गुंतला नाही. परिस्थितीनं आमची स्थापना रायगडावर केली, पण मनानं आम्ही उभी हयात घालवली सज्जनगडाच्या परिसरात. मन दुखणाइत झालं म्हणजे समर्थांच्या वाणीसारखं दुसरं औषध नाही. (हसून) जाऊ द्या! हा तुमचा विषय नव्हे, राणीसाहेब!

**सोयराबाई :** पण उन्हातान्हाचं कशाला दौडायचं? जरा विश्रांती घेऊन —

**शिवाजी :** चार-आठ दिवस सज्जनगडावरच मुक्काम करण्याचा विचार होता, पण तेवढ्यात खबर मिळाली की, मोगलांच्या फौजा पुन्हा आमच्या मुलखात जाळपोळ करीत सुटल्या म्हणून —

**राजाराम :** मासाहेब, मोगलांची एक तुकडी तर आमच्या पाठीवरच होती.

**सोयराबाई :** अगबाई! मोगलाची तुकडी पाठीवर? म्हणजे —

**शिवाजी :** त्यात विशेषसं काय घडलं? छत्तीस वर्षं गनीम पाठीवर घेऊनच आम्ही प्रवास केला.

**सोयराबाई :** पण छत्तीस वर्षांपूर्वीची तब्येत राहिलीय का आपली?

**शिवाजी :** उलटून तोंड देण्याचाच मनसुबा होता, पण —

**मोरोपंत :** अपुऱ्या जवानांनिशी? भलतंच!

**शिवाजी :** पण संगती रामराजे होते म्हणून हिय्या केला नाही.

**सोयराबाई :** तेवढं तरी सुचलं म्हणायचं!

**शिवाजी :** हे आम्हाला सुचतं तसं धोरण तुम्ही राखीत नाही, ही आमची तक्रार आहे, राणीसाहेब.

[सोयराबाई एकदम रागावतात. रागाने काही बोलणार तेवढ्यात अण्णाजी खुणावून त्यांना गप्प करतात. ते हेरून महाराज हसतात आणि म्हणतात — ]

अण्णाजी, खुल्या दिलानं राणीसाहेबांना बोलू द्या. त्यांचा घुस्सा सोसण्याइतपत आमचा दिल-दिमाग शाबूत आहे अद्याप.

**अण्णाजी :** (वरमून) तसं नव्हे महाराज, आपण प्रवासानं शिणून आलात म्हणून —

**शिवाजी :** हा शीण नेहमीचाच आहे, जगदंब! जगदंब! आम्हाला पाणी आणून द्या बरं थोडं! (सोयराबाई आत निघून जाते. मग राजारामास जवळ घेत) पंत, हा आमचा बिचवा तयार झाला बरं का? समर्थांच्या बरोबर केवढ्या मोठ्या मोठ्या गोष्टी करीत होता!

**मोरोपंत :** महाराजांचे पुत्र. तेव्हा —

**शिवाजी :** आमचे पुत्र म्हणून म्हणत नाही आम्ही. पण दिलखुलासपणे रामराजे गप्पागोष्टी करताना तुम्ही ऐकाल तर चकित व्हाल.

**अण्णाजी :** राजांची समजूत मोठमोठ्या बुद्ध्यांनादेखील थक्क करणारी आहे.

**शिवाजी :** पण बुढ्ढे त्यांच्यापासून धडा घेत नाहीत हीच दिलगिरीची बात आहे, काय पंत?

[तोच सोयराबाई पाण्याचा लोटा घेऊन प्रवेशते. महाराज फुलपात्राने पाणी पितात. 'जगदंब!' 'जगदंब!' असे उद्गारतात. मग सोयराबाईंना उद्देशून महाराज म्हणतात.]

आम्ही राजांच्या चातुर्यांची तारीफ करीत होतो. हा पोर भविष्यात काही वेगळीच करामत करून दाखवणार यात शंका नाही.

**सोयराबाई :** (खोचून) नुसती शब्दांनी तारीफ करण्यात काय मतलब?

**शिवाजी :** (हसून) मग काय? आमच्यामागं त्यांना दौलतीचा वारसा द्यावा? रामराजांना हवा असेल तर तोही मिळेल?

**सोयराबाई :** असा सुखासुखी बरा मिळेल?

**शिवाजी :** शंभूराजांच्या वतीनं आम्ही हमी घेतो. तुम्ही खुल्या दिलानं राजांच्यापाशी दौलतीचा हक्क मागा. एक अक्षर न बोलता राजांनी युवराजपद सोडलं नाही तर —

**सोयराबाई :** अलीकडं भलताच विश्वास बसलेला दिसतोय राजांच्यावर!

**शिवाजी :** विश्वास? विश्वासानं विश्वास पैदा होतो आणि संशयाच्या विषारी झाडाला संशयाचीच फळं लागतात याची याद ठेवा, राणीसाहेब!

**अण्णाजी :** क्षमा करा महाराज, परवानगी असेल तर थोडं स्पष्ट बोलतो.

**शिवाजी :** (हसून) बोला, बोला, अण्णाजी, तुम्ही स्पष्टच बोलत चला, मोठ्यानं बोला, उघड बोला. कोपऱ्यातल्या कानगोष्टींपेक्षा परिणामी ते तुम्हालाही हिताचंच ठरेल!

**अण्णाजी :** महाराज, आपण दौलतीचा सिलसिला पक्का केला नसेल तर —

**शिवाजी :** आम्ही अद्याप काहीच पक्कं केलं नाही. (अण्णाजींच्या मुद्रेत रोखून पाहत — ) तुमचा काय सल्ला आहे, अण्णाजी?

**अण्णाजी :** शंभूराजे परतले असले तरी स्पष्टच बोलायचं तर आम्हाला त्यांचा भरवसा वाटत नाही.

**शिवाजी :** तुमची चिंता आम्ही समजू शकतो. म्हणून आम्ही काय करावं म्हणता?

**अण्णाजी :** एक तर रामराजांना दौलतीचा वारसा द्यावा, नाही तर —

**शिवाजी :** दौलतीची वाटणी करावी, असंच ना? तुमचा काय सल्ला आहे, पंत?

**मोरोपंत :** (गुळमुळीतपणाने) म्हणजे महाराज, त्याचं असं आहे —

**शिवाजी :** स्पष्ट बोलायच्या वेळी माघार घेत जाऊ नका, पंत! हा गुळमुळीतपणा एक दिवस तुम्हाला गोत्यात आणील बरं!

**मोरोपंत :** तसं नव्हे महाराज, पण —

**शिवाजी :** दौलतीच्या वाटणीचा सल्ला देताना अण्णाजी, तुम्ही दूरवर भविष्यात डोकावला नाहीत. एका पिढीत एका राज्याची दोन शकलं झाली तर पुढील पिढ्यांत दौलतीचे किती तुकडे पडतील त्याचा हिशेब आपण

केलात? आमच्या वंशजांनी राज्याच्या तुकड्यागणीक आपसात यादवी युद्धं खेळावीत अशी तरतूद करायची आहे का तुम्हाला?

**मोरोपंत :** योग्य बोललात महाराज, आम्हालाही अगदी अस्संच वाटतं.

**अण्णाजी :** तर मग महाराज, आपल्यापुढं आता एकच पर्याय बाकी आहे. दौलतीच्या दृष्टीनं विचार करता, रामराजांना युवराजपद मिळणं उचित होईल असं आमचं स्पष्ट मत आहे.

**शिवाजी :** तशीच पाळी आली तर त्याचाही विचार करावा लागेल हे मंजूर आहे आम्हांला. पण अण्णाजी, शंभूराजांना एकवार तरी संधी मिळाली पाहिजे.

**अण्णाजी :** पण महाराज —

**शिवाजी :** राजांच्या अंगी दोष नाहीत असा आमचा बिलकूल भ्रम नाही. पण दोष कोणात नाहीत पंत? चुका कोणाच्या हातून घडत नाहीत, अण्णाजी?

**अण्णाजी :** यात दोषांचा आणि चुकांचा प्रश्नच उद्‌भवत नाही. पण महाराज, शंभूराजांना कारभाराचा पुरता पोच नाही, माणसांची पुरी पारख नाही, आणि — (घुटमळतात.)

**शिवाजी :** समजलो! राजाच्या वागणुकीत पुरेसा पोक्तपणा नाही असंच म्हणायचं होतं ना तुम्हाला? पंत, अण्णाजी, राजांना तुम्ही एकदा भेटायलाच हवं. मोगलांचे चटके खाऊन परतलेल्या राजांना तुम्ही भेटला असतात, म्हणजे त्यांच्या वृत्तीत पडलेला बदल तुम्हालाही जोखता आला असता. एवढ्यासाठी राजांना आम्ही रायगडावर आणणार होतो आणि —

**अण्णाजी :** पण महाराज —

**शिवाजी :** राजांच्याबद्दल तुम्ही पोटी संशय ठेवता याबद्दल आम्हाला खंत नाही. पण तुम्ही जाणले पाहिजे की, राजांच्या वृत्ती घडवायला आम्हाला आजवर कधी फुरसद मिळाली नाही. लहान मूल म्हणजे मातीचा गोळा. आकार द्यावा तशी मूर्ती घडते. पंत, अण्णाजी, तुम्ही आमच्या पदरी आलात तेव्हा काय होता याचा जरा आठव करा.

**मोरोपंत :** ते काही खोटं नाही महाराज, पण —

**शिवाजी :** (हाताशपणे हसून) पण! पण! पण! तुमचा 'पण' कधी संपणार नाही आणि आमची दृष्टी तुम्हाला कधी येणार नाही. पंत, अण्णाजी, मन मोठं

करून माणसं विसरायला शिकतील तर दुनियेतले कितीतरी झगडे जागच्या जागीच मिटतील, नाही? (हसून) पण ते होणे नाही!

**अण्णाजी :** आपला मनसुबा योग्यच आहे महाराज, पण —

**शिवाजी :** आम्ही तुम्हाला फक्त एक संधी मागतो आहोत. थोडी फुरसद द्या म्हणतो आहोत. पंत, अण्णाजी, शेकडो माणसं या हातानं आम्ही घडवली. एवढी अखेरची कामगिरी पार पाडण्यासाठी जिवाची तडफड होते. देवकृपेनं तेवढं आयुष्य लाभेल तर पंत, आम्हीच तुम्हाला चमत्कार करून दाखवू. ज्यांच्याबद्दल तुम्ही पोटी संशय राखता त्याच शंभूराजांतून आम्ही तुम्हाला — (तोच महाराजांना चक्कर येते.) जगदंब! जगदंब! पाणी —
[सगळे धावाधाव करतात. पाणी आणतात. क्षणभराने महाराज सावरून बसतात. पाण्याचा घोट घेतात.]

**सोयराबाई :** (महाराजांच्या कपाळाला हात लावीत) अंग किती तापलंय! आपण जरा स्वस्थ विश्रांती घ्यावी.

**मोरोपंत :** दौलतीच्या गोष्टी फुरसदीनं करता येतील, महाराज.

**शिवाजी :** कोणास ठाऊक! शंभूमहादेवाला आमची मागणी मंजूर नसावीसं दिसतं. आता फुरसद तुम्ही दिलीत तरी काळ आमच्यासाठी थांबेल असं वाटत नाही.

**अण्णाजी :** महाराज, काय बोलता आपण हे? इतक्यात निरवानिरवीची भाषा बोलण्यासारखं आपलं दुखणं तरी आहे का?

**शिवाजी :** 'प्रपंचातून मन काढा' असा समर्थांनी आज आम्हाला इशारा का दिला ते आता उमगतं. हा गुंता सुटण्यापूर्वीच आम्हाला प्रयाण करावं लागणारसं दिसतं!

**मोरोपंत :** महाराज, आपण असं बोलायला लागलात तर आम्ही कोणाकडं पाहायचं? देशोदेशींच्या धन्वंतऱ्यांना आम्ही बोलावून घेऊ. पण —

**शिवाजी :** (हसून) वेडे आहात, पंत. आम्हाला मरणाचं भय वाटतं असं का तुम्ही समजलात? आज्ञा आली की प्रस्थान हलविण्यास आम्ही सदैव सिद्धच आहोत. पंत, अण्णाजी, आम्ही बोललो ते मनात राखा. चिंतन करा. पुन्हा कधी बोलण्याची पाळी येते न येते कोणास ठाऊक. पोक्त विचाराने सुचेल ते करा. पण राज्य निर्नायकी होणार नाही याची काळजी घ्या. श्री शंकर! अगईऽऽ घाबरू नका. थोडी कळ आली छातीत.

**सोयराबाई :** असं काय करावं ते? बोलू नका, विश्रांती घ्या म्हटलं तर— पंत, आम्हाला वाटतं वैद्यराजांना बोलावून घ्या.

**मोरोपंत :** आम्हीदेखील तेच सुचविणार होतो, राणीसाहेब.

**शिवाजी :** नको नको! घटकाभरात आम्ही ठीक होऊ. (तरीदेखील सोयराबाई अंतु:पुरात जातात.) शंभूराजे भेटते तर फार बरं होतं.

**मोरोपंत :** मग राजांना बोलावून घ्यायचं का, महाराज?

**शिवाजी :** नको नको. भाबडा पोर, दिल फाटून जाईल त्याचा. मुद्दामच कामगिरीत गुंतवलंय आम्ही राजांना. बरं वाटल्यावर आम्हीच चार दिवस पन्हाळ्याला जाऊन राहू. शंभूराजांचे शल्य उरीपोटी घेऊन जावे लागले नाही तर भवानी आईची कृपा! श्री शंकर! जगदंब! निदान हंबीरराव इथं असते तर फार बरं होतं. अजून पुष्कळ कामगिरी बाकी उरलीय, पंत.

**मोरोपंत :** कामगिरी आम्हाला सांगावी, महाराज!

**शिवाजी :** (हसून) तुम्हाला? ते होणे नाही, पंत. आमच्या मागे तुम्ही स्वत:ला संभाळलेत तरी पुरे. राजा कोठे गेला?

**राजाराम :** (इतका वेळ मागे उभा असलेला पुढे येत) हा मी इथे कधीचा उभा आहे, आबासाहेब.

**शिवाजी :** ये बेटा, आमच्याजवळ बैस. हातात हात दे. [राजाराम जवळ बसतो महाराजांचे हाती आपला हात देतो.] पंत, आमच्या गैरजहेरीत आलेले खलिते घेऊन बाळाजीपंतांना बोलावून घ्या बरं. पडल्या पडल्या निदान पत्रांची उत्तरे तरी आम्ही सांगू.

**मोरोपंत :** आज्ञा महाराज. (मुजरा करून जातात.)

**शिवाजी :** अण्णाजी, भेटीसाठी आलेल्या सुभेदारांच्या आणि सरदारांच्या मुलाखती तुम्ही जातीनं घ्या. दरबारात आज आम्हाला हजर राहता येईल असं दिसत नाही.

**अण्णाजी :** त्याबद्दल आपण निर्धास्त असावं, महाराज. (मुजरा करून जातात.)

**शिवाजी :** (राजारामाचे मुख न्याहाळीत कुरवाळीत) राजा बेटा, तुझ्या नशिबात खेळण्याबागडण्याचे दिवस घालायला देव विसरलेला दिसतो. बेटा, तू हळूहळू लहानाचा मोठा होणार, आमचं मनोगत जाणणार आणि मग कामगिरी पार पाडणार? छे छे! राजा, तितका आम्हाला धीर नाही रे, तुला आताच मोठं झालं पाहिजे. आमचं मन जाणून घेण्यासाठी आताच तुला पोक्तपणा पत्करला पाहिजे. मोठा होणार ना?

**राजाराम :** होय, आबासाहेब.

**शिवाजी :** किती मोठा होशील? (हसून) आमच्याइतका? छे छे, तेवढ्यानं भागणार नाही. आमच्यापेक्षा जास्त मोठं व्हायला हवं तुला. आमच्यासारखा पराक्रम करायचा, आमच्याहीपेक्षा जास्त जबाबदारीनं दौलतीची चिंता वाहायची, पण बेटा, गादीचा लोभ धरायचा नाही.

**राजाराम :** नाही आबासाहेब, गादीचा लोभ आम्ही धरणार नाही. आम्ही तुम्हाला वचन देतो.

**शिवाजी :** दादांच्या आज्ञेत वागशील?

**राजाराम :** होय आबासाहेब, दादांच्या आज्ञेत वागेन.

**शिवाजी :** दादांचा सांभाळ करशील?

**राजाराम :** दादांचा सांभाळ? आम्ही? आबासाहेब, आमची मस्करी करता आपण!

**शिवाजी :** नाही बेटा, मस्करी नव्हे. शंभूराजे शूर आहेत, दिलदार आहेत — पण उग्र आहेत, उतावळे आहेत, हट्टी आहेत. कोणी कपट केले तर त्यात सीधेपणानं फसतील इतक्या सरळ मनाचे आहेत. म्हणून चिंता वाटते! राजे, शंभूराजे आमचे थोरले पुत्र, तुमचे वडील बंधू आम्ही तुमच्या ओटीत घालतो.

**राजाराम :** आबासाहेब, सावलीसारखे आम्ही दादांच्या पाठीशी असू. घाव त्यांच्या अंगावर पडला तर तो आम्ही आमच्या अंगावर झेलू!

**शिवाजी :** शाबास बेटा! श्रीशंकर तुझं कल्याण करतील. भवानी आई तुझ्या हाताला यश देईल. पराक्रम, कर्तबगारी हे तो भगवंताचे देणे! ते धाकुटेपणावर नाही वा थोरलेपणावर नाही. भगवान श्रीकृष्ण बळरामाच्या पाठीवर धाकटे भाऊ म्हणूनच उपजले; पण म्हणून कर्तबगारीत ते काही धाकटे ठरले नाहीत. द्वारका बसवली, गीता सांगितली आणि पांडवांचं पाठीराखेपण केलं अखेर श्रीकृष्णांनीच. होय ना?

**राजाराम :** होय आबासाहेब!

**शिवाजी :** राजा, बेटा, विचार कर. तानाजी, बाजी प्रभू, मुरारबाजी — आमचे एकेक सवंगडी पराक्रमानं किती मातबर होते! काकणभर आम्हालादेखील भारी. त्यांना छत्रपतिपदाचा लोभ पडता तर त्यात काही वाउगे होते का?

**राजाराम :** नाही आबासाहेब!

**शिवाजी :** पण स्वप्नातदेखील कधी त्यांना हा दुस्वास सुचला नाही. आम्ही सगळे एकदिलाचे, एकाच वेडानं भारावलो होतो. बेटा, नायकी प्राप्त होणे या दैवाधीनच्या गोष्टी! पण राज्य उभे राहते, तर ते ते पाइकांच्या मनगटावर. अगाईऽऽ कळ आली! जगदंब! जगदंब!

[चक्कर येते. तसा राजाराम घाबरतो. ''मासाहेब, मासाहेब... पंत, अण्णाजी...'' अशा हाका मारतो. घाबऱ्या घाबऱ्या सोयराबाई प्रवेशते. पाठोपाठ मोरोपंत आणि अण्णाजीही येतात. महाराजांच्या कपाळावर पाण्याचा शिडकावा करतात. महाराज सावध होतात.]

**सोयराबाई :** बोलण्याचे श्रम करू नका म्हटलं तर ऐकायचं नाही.

**शिवाजी :** घाबरू नका. आम्ही ठीक आहोत. जरा किंचित...

**सोयराबाई :** आता आपण इथं क्षणभर थांबायचं नाही. अंतःपुरात चलावं आणि स्वस्थ पडावं. इतक्यात वैद्यराज येतीलच.

**शिवाजी :** चला, तुमच्या मनाप्रमाणं होऊ द्या! भवानी आईच्या मनात काही वेगळं दिसतं. श्री हरी! श्रीशंकर!

[मोरोपंत, अण्णाजी, सोयराबाई आणि राजाराम महाराजांना आधार देतात आणि आत घेऊन जातात. तोच कालांतरदर्शकच नव्हे तर अनिष्ट घटनासूचक असा काळोख रंगमंचावर पसरत जातो.]

[पडदा]

# अंक तिसरा

## प्रवेश तिसरा

[अशुभ घटना आणि कालांतर दर्शविणारा काळोख ओसरल्यावर रंगमंच हळूहळू पुन्हा प्रकाशाने उजळतो आणि समोर दिसतो तोच महाल. शके १६९२, इ. स. १६८० जुलै, आषाढ महिन्यातील एक संध्याकाळ. मध्यंतरीच्या काळात खूपच घडामोडी घडल्या असाव्यात. महाराज नेहमी बसत असत ते आसन आता रिकामे आहे. पलीकडेच शंभूराजे शोकमग्न स्थितीत दूर शून्यात पाहत किंचित पाठमोरे असे कमानीपाशी बसले आहेत. शेजारी येसूबाई आणि मागे राजाराम उभे आहेत. क्षणभर बोचक शांतता. मग महाराणी येसूबाई पुसतात.]

**येसूबाई :** (जवळ जात मायेने) आपण असे गप्प का? किती दिवस आपण असा शोक करीत राहणार?

**शंभूराजे :** (तंद्रीतच) किती दिवस? (दचकून भानावर येत) हूं. किती दिवस... किती दिवस... किती दिवस... दुःखाला दिवसांची लक्ष्मणरेषा घालता येती तर किती बरं होतं!

**येसूबाई :** ते खरं, पण कालपासून आपण अन्नालादेखील स्पर्श केला नाहीत.

**शंभूराजे :** (विमनस्कपणे) आबासाहेबांना जाऊन तीन महिने झाले नाही?

**येसूबाई :** आपण अन्नाला शिवला नाहीत म्हणून रामराजांनी तोंडात घासही घातला नाही.

**राजाराम :** (शंभूराजांजवळ जात) दादा, आमच्यावर रागावलात?

[शंभूराजे राजारामास जवळ घेतात, करुणार्द्र दृष्टीने न्याहाळतात, थोपटतात आणि मानेनेच नाही म्हणतात.]

**राजाराम :** (डोळे भरून येत) आमच्या पायी दादा, तुम्ही कष्टी झालात; पण

देवाशपथ सांगतो दादा, मासाहेबांनी आम्हाला ओढून, फरफटत नेऊन
मंचकावर बसवलं आणि —

**शंभूराजे :** नाही नाही राजे, तुमच्यावर आमचा बिलकूल राग नाही. आमचा
कोणावरच राग नाही.

**येसूबाई :** मग आपण एवढे उदास कशासाठी? (शंभूराजे मान खाली घालतात,
तशा — ) आपण मोकळ्या मनानं बोललात तर आपलं दु:ख हलकं
करण्यासाठी —

**शंभूराजे :** (आवेगाने) नाही, नाही. आमचं दु:ख आता कोणालाच हलकं करता
येणार नाही. आम्हालाच ते उरल्या जन्मात स्वत:शीच जळत जळत भोगलं
पाहिजे. आबासाहेब!
[गहिवरतात. मान वळवून डोळे टिपतात. ते पाहून रामराजांना हुंदका
फुटतो. ते पाहून — ]

**येसूबाई :** असं काय ते! आपणच येता-जाता पाणी काढायला लागलात
तर — (रामराजांना जवळ घेत मायेने) भावोजी, आपण इथं थांबायचं
नाही आता. मासाहेबांच्यापाशी जाऊन बसा पाहू. त्या एकट्या आहेत
महालात, नाही का?
[राजाराम डोळे टिपतो, ओठ घट्ट दाबतो आणि पाठ वळवून निघून जातो.]

**येसूबाई :** (शंभूराजांजवळ येत) आता घडल्या गोष्टीबद्दल खेद करण्यात काय
अर्थ?

**शंभूराजे :** (उठून अस्वस्थतेने येरझारा घालीत) आबासाहेब गेले. आम्हाला न
भेटता, न बोलावता गेले!

**येसूबाई :** नव्हती अखेरची भेट आपल्या नशिबात, म्हणून घरातल्यांनाही दुर्बुद्धी
झाली, दुसरं काय म्हणणार?

**शंभूराजे :** आबासाहेब गेले, पण पाठ फिरवून गेले. तस्से रागावून गेले. पोटात
संशय ठेवून गेले. आमची काळजी करता करता खचून गेले.

**येसूबाई :** हे कोणी सांगितलं आपल्याला? काहीतरी मनात घ्यायचं! घडणाऱ्या
गोष्टी घडून जातात.

**शंभूराजे :** (आवगाने) पण आबासाहेबांसारखी देवमाणसं सुखासुखी उगाच
उन्मळत नाहीत राणीसाहेब! (क्षणार्ध थबकून) मासाहेबदेखील काल
म्हणाल्या —

**येसूबाई :** काय म्हणाल्या मासाहेब?

**शंभूराजे :** आबासाहेबांनी आमचीच हाय खाल्ली आणि —

**येसूबाई :** आणि आपला त्यावर विश्वास बसला?

**शंभूराजे :** एरवी पहाडासारखा पुरुष असा तडकाफडकी जाईल यावर आम्ही विश्वास कसा ठेवावा?

**येसूबाई :** मासाहेब आता हवं ते सांगत सुटतील, म्हणून आपण —

**शंभूराजे :** नुसते मासाहेबांचे शब्द आम्ही उगाळीत बसलो नाही, राणीसाहेब. (थबकतात आणि येरझारा घालू लागतात. विमनस्कपणे) गडावर रामराजांची मुंज झाली, पाठोपाठ लग्नाचा एवढा मोठा सोहळा झाला. पण... पण आम्हाला बोलावणं नाही.

**येसूबाई :** त्याबाबत हंबीररावांनी खुलासा केला नाही का? मूळ धाडण्यासाठी हेजीब निघाले त्या वेळी मासाहेबांनी इतका कांगावा केला की —

**शंभूराजे :** (थबकून) तेच! तेच! म्हणजे मासाहेबांच्या कांगाव्यापुढं आबासाहेबांनी मान तुकवली!

**येसूबाई :** आपण थोडा महाराजांच्या मनाचा विचार करावा. बायका असमंजस निघाल्या की घरातले कर्ते पुरुषदेखील त्यांच्यापुढं पांगळे होतात!

**शंभूराजे :** पन्हाळ्यावर आमची किती दिलखुलास बोलणी झाली! किती उत्साहानं आम्ही भविष्यातले मनसुबे रचले! किती प्रसन्न चित्तानं आबासाहेबांनी आमचा निरोप घेतला! आणि आता ऐकतो आहोत, इथं रायगडावर आमच्या अपरोक्ष वेगळ्याच गोष्टी शिजत होत्या. ते स्वप्न होतं की, पाहतो-ऐकतो आहोत हे स्वप्न आहे, हे आमचं आम्हालाच उमजेनासं झालं आहे. (आवगाने) आबासाहेबांचे कोणीतरी कान भरले. खास, त्यांनी आमच्या पायी हाय खाल्ली!

[तोच हंबीरराव प्रवेशतात आणि मुजरा करून]

**हंबीरराव :** महाराज, अण्णाजी आणि मोरोपंत —

**शंभूराजे :** हंबीरराव, तुम्ही आमच्यासाठी शर्थ केलीत, पण खरं सांगायचं तर दौलतीवरचं आमचं मनच उडालंय!

**हंबीरराव :** असं म्हणून कसं चालेल, महाराज?

**शंभूराजे :** इथं आल्यापासून पावलोपावली मनात येतं की, हे राज्य आमचं नव्हे. आबासाहेबांची अखेरची इच्छा काय होती हे पक्कं जाणल्याशिवाय सिंहासनाला पाय लावण्याचा अधिकार आम्हाला पोचत नाही.

**येसूबाई :** आपण राज्याचे स्वामी होऊ नये असं महाराजांना वाटतं, तर एवढ्या

घरोब्यानं समजूत घालून दिलेरखानाच्या छावणीतून आपल्याला परत आणण्याची कारवाई त्यांनी केली असती का?

**हंबीरराव :** शिवाय धर्माज्ञेप्रमाणं पाहिलं तरी —

**शंभूराजे :** बस् बस् बस्! तुमच्या उत्तरानं आमचं समाधान होत नाही. आमच्या एकाच सवालाचं उत्तर द्या. दौलतीचा सिलसिला आबासाहेबांनी काय केला होता? त्यांची अखेरची इच्छा काय होती?

**हंबीरराव :** ते ठामपणानं कोण आणि कसं सांगणार?

**शंभूराजे :** मग झालं तर! बाकी सगळे युक्तिवाद फोल आहेत!

**येसूबाई :** विनाकारण आपण भलत्याच गोष्टींचा काथ्याकूट —

**शंभूराजे :** आमच्या मनाची वेदना तुम्हाला कळायची नाही. दौलत आबासाहेबांनी पैदा केली, तिचा सिलसिला त्यांच्या अखेरच्या आज्ञेप्रमाणेच झाला पाहिजे. बेहत्तर आहे आम्हाला राज्यत्याग करून वनवास भोगावा लागला तरी! आम्हाला कोणाची दया नको. धर्मानं चालून येणारी हुकूमत नको. कोणाच्याही तळतळाटानं दग्ध झालेलं त्रैलोक्याचं राज्यदेखील नको!

[तेवढ्यात मोरोपंत आणि अण्णाजी हाता-पायांत जड बेड्या घातलेल्या अवस्थेत पाहाऱ्यात येतात. मोरोपंत तळव्यांनी तोंड झाकून स्फुंदत आहेत. अण्णाजी मात्र बेडरपणे उभे आहेत. त्यांना तसे पाहताच — ]

**शंभूराजे :** (चकित होऊन) हे काय? यांच्या हाता-पायांत बेड्या?

**हंबीरराव :** त्यांची दानतच तशी, महाराज! खाल्ल्या घरचे वासे मोजणाऱ्या निमकहरामांना —

**येसूबाई :** अटकेत ठेवलंत तेवढं पुष्कळ झालं. काढा त्यांच्या हाता-पायांतल्या बेड्या.

**हंबीरराव :** (घुटमळत) पण राणीसाहेब —

**शंभूराजे :** (ताडकन) हंबीरराव, राणीसाहेबांचा शब्द तोच आमचा शब्द! अगोदर बेड्या काढा! (सैनिक बेड्या काढू लागतात, तेव्हा — ) पंत, फौज घेऊन मोठ्या दिमाखानं आमचा बंदोबस्त करायला निघालात, पण आता बाजी उलटली. तुमचा डाव हुकला. आता काय मनसुबा आहे?

**मोरोपंत :** (रडत) आमचं दैवच फिरलं, महाराज. ईश्वरसाक्ष सांगतो, रामराजांना गादीवर बसविण्याच्या कटात माझं अंग बिलकूल नव्हतं. जिथं अधिकार गाजवला तिथंच तमासगिरांसमोर धिंड निघाली. यापरीस कडेलोट होता तरी बरं होतं.

**हंबीरराव :** हा पश्चात विलाप आहे, पंत. आम्ही आपणास सामील होतो आणि महाराज आपल्या हाती गवसते तर आपण वेगळाच अवतार धारण करता.

**येसूबाई :** आई जगदंबेलाच आमची काळजी म्हणून मामासाहेब, आपल्याला सद्बुद्धी झाली. एक शहाणपण बरं सुचलं की, आम्ही रायगडावर काल पाऊल ठेवलं त्या वेळी अटकाव करायला कोणी धजले नाहीत.

**शंभूराजे :** तेवढी छाती करते तर महाद्वारात रक्ताचा सडाच पडला असता.

**हंबीरराव :** आपल्याला मजाक सांगतो राणीसाहेब, आम्ही नुसता रुद्रावतार धारण केला तर पंतांनी उपरण्यात हात बांधून आमच्यापुढं सपशेल लोटांगण घातलं. काय अण्णाजी?

**अण्णाजी :** जाणूनबुजून जी पावलं टाकली त्यासाठी उपरण्यात हात बांधायची आपली सवय नाही, सरनोबत. महाराज गेले, आमच्या इमानाची माती झाली.

**हंबीरराव :** (उसळून) महाराज इतके आजारी झाले तरी पन्हाळ्यावर त्याची खबर नाही हे तुमचं इमान? थोरले पुत्र धडधाकट असता साबाजी भोसल्याकडून महाराजांची उत्तरक्रिया करवलीत, हे तुमचं इमान? सुतक संपायच्या आत रामराजांना गादीवर बसवून तुम्ही मंचकारोहणाचा विधीदेखील आटोपलात, हे तुमचं इमान? आणि शंभूराजांना कैद करण्यासाठी पन्हाळ्यावर तुम्ही फौजबंद होऊन निघालात हेदेखील तुमचं इमान?

**अण्णाजी :** बाजी उलटली, आम्ही आपल्या हाती सापडलो. आता आपण आम्हांला बेइमान ठरवून हवी ती सजा फर्मावू शकता. पण सरनोबत, आम्ही थोरल्या छत्रपतींचे चाकर. आमचे इमान त्यांच्या पायाशी. द्रोह घडलाच असेल तर तो आपला आहे, आमचा नव्हे.

**येसूबाई :** अण्णाजी, थोरले महाराज इतके दुखणाइत झाले, त्यातच त्यांचा अंत झाला, तरी साधी रीत म्हणूनदेखील आम्हाला खबर नाही. गडावरल्या माणसांना ही गोष्ट शोभली का?

**अण्णाजी :** हा सवाल त्या वेळी जे गडावर होते त्यांना पुसणं योग्य होईल. महाराज निवर्तले त्या वेळी आम्ही रायगडच्या पंचक्रोशीतदेखील नव्हतो.

**हंबीरराव :** पण महाराज दुखणाइत झाले त्या वेळी तरी तुम्ही त्यांच्याजवळ होतात?

**अण्णाजी :** माफ करा सरनोबत, राजांना गडावर बोलावून घेण्याविषयी पंतांनीच

महाराजांपाशी विषय काढला होता. पण महाराजांनीच नको म्हटलं त्याला आम्ही सेवक काय करणार?

**शंभूराजे :** (दुखावून) महाराजांनी नको म्हटलं?

**मोरोपंत :** होय महाराज.

[कष्टी होऊन शंभूराजे मान फिरवतात. क्षणभराने]

**शंभूराजे :** अण्णाजी, प्रधानमंडळाचे आणि आमचे लागेबांधे कधीच जुळले नाहीत. तरीदेखील तुमच्याशी झगडा करायची आमची बिलकूल इच्छा नाही. फक्त आमच्या एकाच सवालाचं उत्तर द्या. दौलतीचा कोणता निवाडा आबासाहेबांनी केला होता?

**मोरोपंत :** निरवानिरव करण्यापूर्वीच महाराजांची शुद्ध गेली तर त्यांना दौलतीचा मनसुबा कोण पुसणार?

**येसूबाई :** झाले तर! आम्ही हेच सांगत होतो.

**हंबीरराव :** मग रामराजांना गादीवर बसविण्याची कारवाई केवळ आपली होती असं आम्ही समजायचं का?

**मोरोपंत :** म्हणजे त्याची अशी गोष्ट झाली, सरनोबत—

**अण्णाजी :** थांबा! तुमच्या सवालाचं उत्तर हवं असेल तर ते द्यायची माझी तयारी आहे. पण ते कडू उत्तर गिळण्याची राजांची तयारी आहे का ते त्यांना पुसावं आपण.

**हंबीरराव :** 'राजां'ची नव्हे अण्णाजी; 'महाराजांची' म्हणा. शब्द तोलून वापरा.

**अण्णाजी :** छत्रपतींच्या गादीला वारस एक आणि राज्याभिषेकही एकदाच. हंबीरराव, आमचे शब्द आम्ही तोलून-मापून उच्चारले आहेत.

**शंभूराजे :** जन्मभर ज्यांनी आम्हाला न्यायदेखील दिला नाही त्या प्रधानमंडळाकडून कोणत्याही मानमरातबाची आम्हाला बिलकूल अपेक्षा नाही. पण अण्णाजी, तुमचं कडू उत्तर ऐकायला आम्ही उत्सुक आहोत. तुमच्या जबानीइतकं ते जलाल असेलसं आम्हाला वाटत नाही.

**अण्णाजी :** तर मग ऐकावं, राजे. महाराज आजारी झाले त्या दिवशी आमची बोलणी झाली तीच शेवटची. त्यानंतर आमची भेट झाली नाही. प्रल्हाद निराजींनी वारंवार पुसले तरी शुद्ध जाईतो महाराजांनी आपलं मौन सोडलं नाही. दौलतीची वाटणी तर महाराजांना साफ नामंजूर होती आणि महाराजांचा कल, त्यांचा ओढा कोणाकडे झुकत होता ते राजे, आपणही जाणता.

**शंभूराजे :** अण्णाजी, असे आडवळणाने सांगू नका. आबासाहेबांचे शब्द हवेत आम्हाला.

**अण्णाजी :** ठीक, तेही सांगतो. पंतांना आणि आम्हाला महाराज बोलले— "पोक्त विचाराने सुचेल ते करा. पण राज्य निर्नायकी होणार नाही याची काळजी घ्या."

**येसूबाई :** म्हणून आपण हा 'पोक्त विचार' केलात?

**अण्णाजी :** युवराज्ञी, यापूर्वी आम्ही जे म्हणत आलो ते आपल्याला कितीही कडू लागलं तरी आजही सर्वांसमक्ष पुन्हा एकदा म्हणतो. शंभूराजे गादीवर येण्यात दौलतीला धोका आहे हे त्रिवार सत्य आहे.

**हंबीरराव :** (रागाने) जबान सांभाळून बोला, अण्णाजी—

**शंभूराजे :** हंबीरराव, अण्णाजींच्यावर घुस्सा करण्यात काय अर्थ? आबासाहेबांनी निर्णय प्रधानमंडळावर सोपवला. प्रधानमंडळानं आपल्या मते योग्य तो सिलसिला केला. मामला साफ आहे. त्यात गफलतीला कोठे जागाच नाही.

**येसूबाई :** थांबा. आमची खात्री पटत नाही. अण्णाजी, आपण म्हणता हे सगळं खरं कशावरून?

**अण्णाजी :** अण्णाजी कडू बोलतात युवराज्ञी, पण खोटं कधी बोलले नाहीत. पंत त्या समयी हजर होते. शिवाय—

**हंबीरराव :** तुमच्या बाजूनं साक्ष देण्याखेरीज पंतांना आता गत्यंतरच नाही.

**शंभूराजे :** (कष्टी मनाने येरझारा घालीत) चंद्रासाठी आम्ही हट्ट घेतला आणि अखेर आम्हीच फशी पडलो. आबासाहेबांच्या अंत:करणाचा थांग आम्हाला कधीच लागला नाही. बोलले एक, मनात राखलं दुसरंच. असा राग करायचा होता तर आम्हाला परत आणलंच कशासाठी?

**येसूबाई :** पण आम्ही म्हणतो—

**शंभूराजे :** (तोडून) कोणी काही म्हणण्यासारखं आता उरलंच नही. जे जिंकायचं म्हणून आम्ही जिद्द धरली त्यात आम्ही चारीमुंडे चीत झालो. आता दगडमातीच्या दौलतीला घेऊन आम्ही काय करू? (थबकून क्षणार्धाने) हंबीरराव, आमचा निश्चय ठरला. या क्षणी आम्ही रायगड सोडून जाणार. या राज्याच्या सीमापार होणार.

**हंबीरराव :** पण महाराज—

**शंभूराजे :** उभ्या हयातीत आमच्यापायी आबासाहेब कष्टी झाले, तरी शंभूराजे पितृभक्त होते हे समाधान निदान त्यांच्या तळमळणाऱ्या आत्म्याला तरी लाभू दे. त्यांची अखेरची इच्छा आम्हाला शिरसावंद्य आहे. पंत, अण्णाजी तुम्ही मुक्त आहात. रामराजांना गादीवर बसवा आणि खबरदारीनं राज्य चालवा. आम्ही गड सोडून निघालो. आमच्याकडून तुम्हाला —
[तोच इतका वेळ आडून आडून ऐकत-पाहत उभे असलेले रामराजे, ''नाही नाही दादा, तुम्ही गड सोडता कामा नये!'' असे प्रक्षोभाने स्फुंदत ओरडत धावत येतात आणि शंभूराजांच्या कंबरेला मिठी मारून त्यांना रोखतात तसे — )

**शंभूराजे :** (राजारामास पोटाशी घेत) तुम्ही कष्टी होऊ नका, राजे. तुमचा यात काडीचा अपराध नाही. कदाचित तुम्ही दौलतीचे स्वामी होण्यातच सर्वांची भलाई असेल.

**राजाराम :** (प्रक्षोभाने थरथरत) नाही नाही दादा, आम्हाला राज्य नको, दौलत नको, आम्हाला तुम्ही हवे आहात! दादा, दादा, आम्हाला तुम्ही हवे आहात!

**शंभूराजे :** (राजारामाचे मुख कुरवाळीत) राजे, असा वेडेपणा करू नका. तुमच्या संगे आम्ही आजवर कैक वेळा खेळ खेळलो. त्या वेळी खेळात तुमचा हट्ट मानून राज्य आम्ही घेत होतो. आता आमच्या शब्दाखातर हे राज्य तुम्ही पत्करलं पाहिजे! आबासाहेबांची आज्ञा तुम्हीदेखील मानली पाहिजे, राजे!

**राजाराम :** (प्रक्षोभाने हुंदका आवरीत) पण दादा, आबासाहेबांनी अशी आज्ञा केलीच नव्हती.

**शंभूराजे :** राजे, तुम्हाला ठाऊक नाही —

**राजाराम :** दादा, तुम्हाला ठाऊक नाही ते आम्हांला ठाऊक आहे. दादा, दादा, मघा हे अण्णाजी कटू बोलले; खरं बोलले; पण सगळं खरं बोलले नाहीत.

**शंभूराजे :** (विस्मयाने) राजे, म्हणजे तुम्ही —

**राजाराम :** क्षमा करा, दादा! आम्ही आडून ऐकत होतो. हे पंत, हे अण्णाजी तुम्हाला घालवून देतील याचं भय वाटलं म्हणून आम्ही दाराशी उभे होतो.

**मोरोपंत :** वेडे आहात, राजे आपण. शंभूराजांना घालवून देणारे आम्ही कोण?

**राजाराम :** (रडू आवरीत पण संतापाने) तर मग शपथ घेऊन सांगा पंत, दादांना बोलावण्याची तुम्ही गोष्ट काढलीत तेव्हा आबासाहेब तुम्हाला काय बोलले?

**मोरोपंत :** (गोंधळून) नक्की शब्द आता आठवत नाहीत पण —

**राजाराम :** तुम्ही विसरलात त्या शब्दांची याद आम्हाला आहे, पंत. आम्ही
सांगतो. (डोळे पुसत) आबासाहेब इथं बसले होते. म्हणाले, 'शंभूराजे
भेटते तर फार बरं होतं.' त्यावर तिथं उभे राहून पंतांनी विचारलं, 'राजांना
बोलावून घ्यायचं काय महाराज?'

**येसूबाई :** मग? महाराजांनी काय उत्तर दिलं?

**राजाराम :** (हुंदका आवरीत) 'नको. भाबडा पोर! दिल फाटून जाईल त्याचा.'

**शंभूराजे :** (चकित होत) राजे — (मोरोपंतांच्या अंगावर धावून जात त्यांचे
खांदे धरून त्यांना गदगदा हालवीत) बोला बोला पंत —

**मोरोपंत :** (गांगरून) होय. असंच काहीसं म्हणाले महाराज!
[मोरोपंतांना सोडून शंभूराजे माघारी वळतात. कष्टी, उदास होतात.
तोच — ]

**राजाराम :** आणि अण्णाजी, गादीवर आम्हाला बसविण्याबाबत तुम्ही बात
काढलीत तेव्हा आबासाहेब तुमच्याशी काय बोलले ते सांगा पाहू!

**अण्णाजी :** मुद्द्याची गोष्ट होती तेवढी सांगितली पण —

**राजाराम :** नाही नाही, अण्णाजीपंत, तेवढीच तुम्ही वगळलीत. तुम्ही
विसरलात, पण आबासाहेबांच्या प्रत्येक शब्दाची आम्ही याद धरून
आहोत.

**अण्णाजी :** कोणत्या शब्दांची याद?
[त्याबरोबर संचार व्हावा तसा राजाराम महाराजांच्या रिकाम्या आसनावर
बसतो. त्या क्षणी शंभूराजे थरारून "राजे — " असे उद्गारतात. राजाराम
भारल्यागत शिवाजीमहाराजांच्या तोलामोलाने बोलू लागतो — ]

**राजाराम :** 'आम्ही तुम्हाला फक्त एक संधी मागतो आहोत. राजांच्याबद्दल
तुम्ही पोटी संशय ठेवता याबद्दल आम्हाला खंत नाही. पण तुम्ही जाणलं
पाहिजे की, राजांच्या वृत्ती घडवायला आम्हाला आजवर कधी फुरसत
मिळाली नाही.'

**अण्णाजी :** (चकित होऊन) पण महाराज —

**राजाराम :** 'लहान मूल म्हणजे मातीचा गोळा, आकार द्यावा तशी मूर्ती
घडते...'

**शंभूराजे :** राजे —

**राजाराम :** 'एवढी अखेरची कामगिरी पार पाडण्यासाठी जिवाची तडफड होते.

देवकृपेने तेवढं आयुष्य लाभेल तर पंत, आम्हीच तुम्हाला चमत्कार करून
दाखवू.'

**शंभूराजे :** (थक्क होत, भारावून जात) काय सांगता काय, राजे?
आबासाहेब... असं... असं बोलले?

**हंबीरराव :** शब्दन्शब्द थोरल्या महाराजांच्या तोलामोलाचा!

**शंभूराजे :** अण्णाजी अण्णाजी, तुम्ही हयातभर आबासाहेबांची चाकरी केलीत,
पण नुसती चाकरीच केलीत. कधी जाणलं नाहीत त्यांना. जा जा —
तुम्ही मुक्त आहात. आमच्या दृष्टीसमोरून नाहीसे व्हा. या क्षणाला तरी
ब्रह्महत्येचं पातक शिरावर घ्यायची आमची इच्छा नाही.

[मोरोपंत, अण्णाजी मुजरा करून खालच्या मानेने चालते होतात.]

**राजाराम :** (भानावर येत आसनावरून उठत) दादा, माफ करा! आबासाहेबांचे
बोल बोलता बोलता भान विसरून आम्ही या आसनावर बसलो. पण
ईश्वरसाक्ष सांगतो, या आसनाची आम्ही हयातभर चाकरीच करू! पुन्हा कधी
कधी इथे बसणार नाही.

**येसूबाई :** (राजारामास जवळ घेत) भावोजी, एवढी समजूत, एवढं शहाणपण
तुम्ही कुठं शिकलात?

**राजाराम :** वहिनी, आबासाहेबांना आम्ही वचन दिलं आहे.

**येसूबाई :** वचन? कोणतं वचन?

**राजाराम :** गादीचा लोभ कधी करणार नाही. दादांच्या आज्ञेत वागेन
आणि — आणिक —

**शंभूराजे :** आणिक काय?

**राजाराम :** (हळूच) रागावू नका दादा, पण तुमचा सांभाळ करू.

**शंभूराजे :** (उचंबळून, थक्क होत) आमचा सांभाळ?... तुम्ही? राजे, तुम्ही
आमचा सांभाळ करणार?

**राजाराम :** दादा, आबासाहेब म्हणाले, शंभूराजे आमचे थोरले पुत्र, तुमचे वडील
बंधू आम्ही तुमच्या ओटीत घालतो!

**शंभूराजे :** (गहिवरून) आबासाहेब... आबा... आबा...

**राजाराम :** आणि मग आम्ही म्हणालो... आम्ही म्हणालो... (हुंदका अनावर
होतो.)

**येसूबाई :** बोला, बोला भावोजी, तुम्ही काय म्हणालात?

**राजाराम :** आबासाहेब, सावलीसारखे आम्ही दादांच्या पाठीशी राहू. घाव त्यांच्या अंगावर पडला तर तो आम्ही आमच्या अंगावर झेलू!

**शंभूराजे :** (गहिवरून उठून धावून राजारामाला पोटाशी घेत) राजे... राजे हे, अमृताचे बोल ऐकून आम्ही कृतार्थ झालो. पित्याच्या पोटातली माया आम्हाला कधी उमजली नाही, ती तुमच्या ओठांतून ऐकून आम्ही धन्य झालो. आमच्यापरीस राजे, तुम्हीच छत्रपतींचे पुत्र शोभता. राजे... राजे...

**राजाराम :** दा... दा...

**शंभूराजे :** (आवेगाने त्याचे खांदे धरून हलवीत) बच्चा... बेटा... राजा, अरे तू आमच्या आधी का नाही उपजलास? अरे, तू आमचा थोरला भाऊ का नाही झालास?

**राजाराम :** दादा —

त्या दोघांच्या मुखांतून शब्द उमटत नाहीत. गालांवरून अश्रू ओघळू लागतात. शंभूराजे आणि राजाराम यांच्याच नव्हे तर येसूबाई आणि हंबीरराव यांच्या गालांवरूनदेखील.

[तोच भरतवाक्य कानी पडते की —

इतिहासाच्या गालावरुनी

जिथे एकदा सुकले ओघळ

खचू लागले शतधारांनी

पुन्हा एकदा तिथेच ओहळ

प्रसन्न होता रंगदेवता

त्या शतधारा अनामिकाच्या मनी घालिती पिंगा

शिवरायांच्या हृदयांतरिचे शल्य मला सांगा ।।ध्रु० ।।]

**[पडदा]**

'रायगडाला जेव्हा जाग येते' हे एक ऐतिहासिक नाटक, ऐतिहासिक एवढ्याच अर्थाने की त्यातील नाट्यवस्तू इतिहासातून कोरलेली आहे. समाजजीवनातील अंतःस्रोत जाणून घेण्याच्या दृष्टीने इतिहास महापुरुषांच्या चरित्राकडे काहीशा अलिप्तपणे पाहतो. पण त्या पुरुषश्रेष्ठांच्या अंतरंगातून वाहणारे माणूसपणाचे सूक्ष्म, कोमल, मधुर झरे यांविषयी त्याला फारसे कर्तव्य दिसत नाही. कलासृष्टीचा व्यापार नेमका याउलट आहे. म्हणूनच जेथे इतिहास थांबतो तेथे कलासृष्टीचा शोध सुरू होतो.

छत्रपती शिवाजी महाराज आणि युवराज शंभूराजे ही मराठी मनाची लाडकी दैवते. पण छत्रपतींच्या जीवनातील शेवटची चार वर्षे न्याहाळत असताना या थोर पितापुत्रांच्या आयुष्यात ज्या घडामोडी घडल्या तिथेच काळपुरुषाने एका महान शोकान्तिकेचा घाट निर्माण करून ठेवला आहे असे दिसते; आणि ध्यानात येते की अवतारतुल्य कार्य करणारी पितापुत्रांची ही जोडी म्हणजे अखेर 'माणसे'च होती.

त्यांच्या व्यक्तिमत्त्वांतून आणि विविधरंगी कर्तृत्वातून माणूस शोधण्याचा हा एक हृदयस्पर्शी आणि मराठी नाट्यसृष्टीत जवळ जवळ पहिलाच प्रयोग.

**किंमत: ₹ १७५.००**

(म-७७)

ISBN 978-81-7185-035-8

9 788171 850358

पॉप्युलर प्रकाशन

www.popularprakashan.com

मुखपृष्ठ : प्रभाकर गोरे